இந்திய சமுதாய வரலாற்றில் பெண்மை

ராஜம் கிருஷ்ணன்

Made with ♥ on the Notion Press Platform
www.notionpress.com

பொருளடக்கம்

மகளிர் நிலைகளைக் காட்டும் விளக்கப் படம் (1)

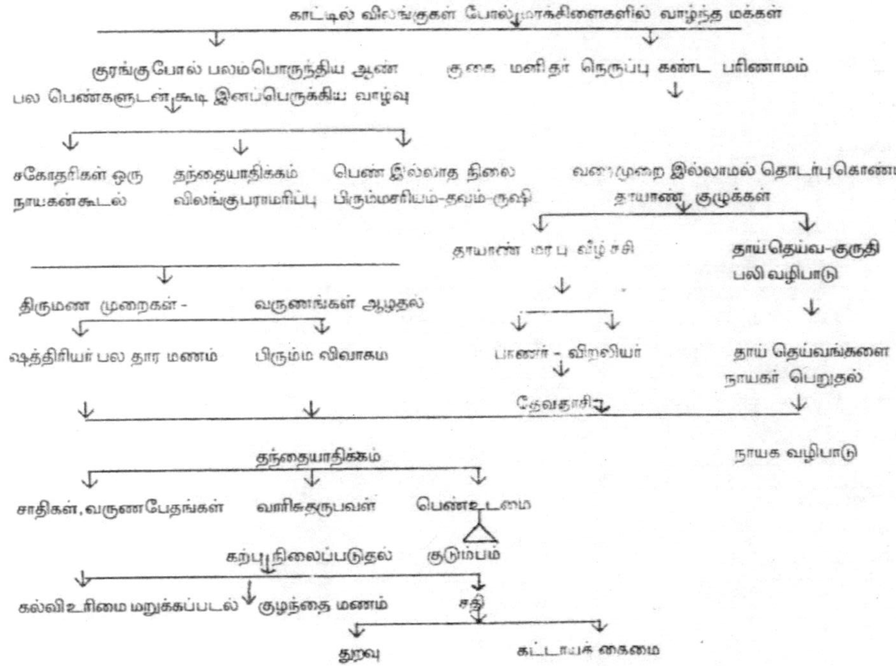

விளக்கப் படம் (2)

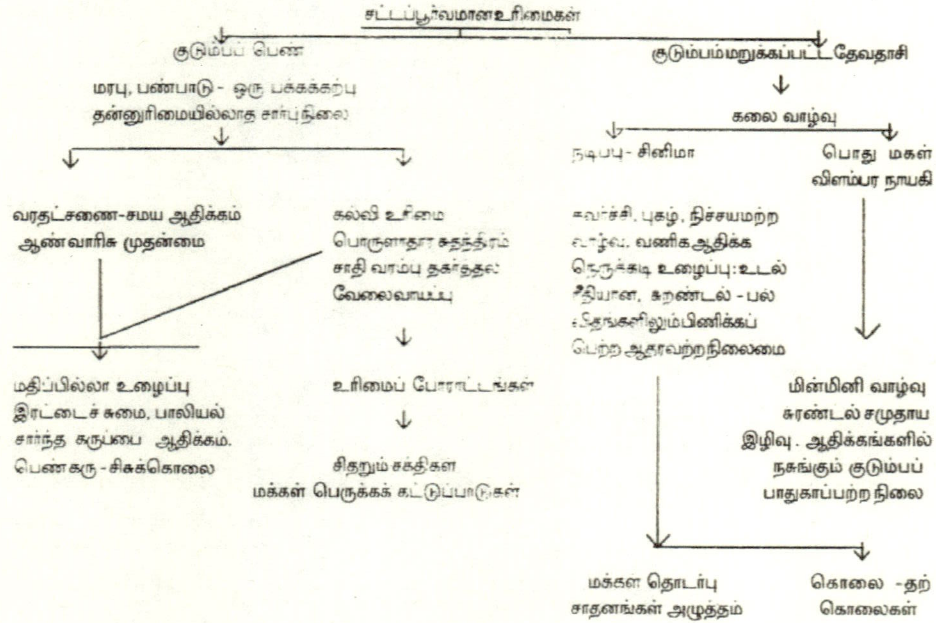
சட்டப்பூர்வமான உரிமைகள்
குடும்பப் பெண்
குடும்பம் மறுக்கப்பட்ட தேவதாசி
மரபு, பண்பாடு - ஒரு பக்கக்கற்பு
தன்னுரிமையில்லாத சார்பு நிலை
கலை வாழ்வு
நடிப்பு - சினிமா
பொது மகள்
விளம்பர நாயகி
வரதட்சணை-சமய ஆதிக்கம்
ஆண் வாரிசு முதன்மை
கல்வி உரிமை
பொருளாதார சுதந்திரம்
சாதி வரம்பு தகர்த்தல்
வேலைவாய்ப்பு
புகழ், நிச்சயமற்ற
வணிக ஆதிக்க
நெருக்கடி உழைப்பு: உடல்
சுரண்டல் - பல
பெற்ற ஆதரவற்ற நிலைமை
மதிப்பில்லா உழைப்பு
இரட்டைச் சுமை, பாலியல்
சார்ந்த கருப்பை ஆதிக்கம்.
பெண் கரு - சிசுக்கொலை
உரிமைப் போராட்டங்கள்
சிதறும் சக்திகள
மக்கள் பெருக்கக் கட்டுப்பாடுகள்
மின்மினி வாழ்வு
சுரண்டல் சமுதாய
இழிவு . ஆதிக்கங்களில்
நசுங்கும் குடும்பப்
பாதுகாப்பற்ற நிலை
மக்கள் தொடர்பு
சாதனங்கள் அழுத்தம்
கொலை - தற்
கொலைகள்

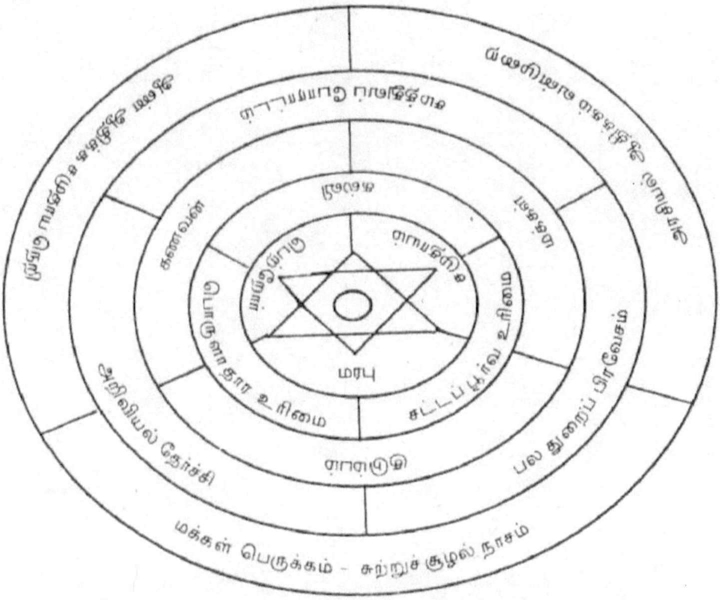

பெண்ணடிமைத்தனம் மொத்த சமுதாயத்தையும் விடுபட முடியாத வளையமாகப் பாதிப்பதை எடுத்துக் காட்டும் விளக்கச் சித்திரம்

1

காப்பியா வாசிப்பகம்

உயிரைக் காக்க ஓடாத நாள் வேண்டும்

83 - இனப்படுகொலைக்கு முன் அறவழிப் போராட்டமும், ஆயுதப் போராட்டமும் கலந்திருந்த காலத்திலேயே தலைமறைவு வாழ்க்கைக்கு தயார் என ஒவ்வொருவரும் தனக்குத் தானே கட்டளை இட்டுக் கொண்டனர். உலகின் விடுதலைக்காக போராடும் இயக்கங்களுக்கெல்லாம் மிகச் சிறந்த காத்திரமான கட்டுப்பாட்டுடனும், ஒழுக்கத்துடனான வாழ்வுப் போருக்கும் முன்னுதாரணமாக திகழும் எல்டிடிஇ வருகை, வளர்ச்சி 83 இல் மக்களோடு இரண்டறக் கலந்து மக்கள்தான் எல்டிடிஇ எல்டிடிஇ தான் மக்கள் என்கிற விடுதலைப் போராட்டத்திற்கு பெருவாரியான மக்கள் *மண்ணுக்காக மரணிப்போம் என கிளர்ந்தெழுந்தார்கள்.

எல்லாவற்றையும் இழந்துவிட்ட நானும் எனது 11வது அகவையில் நண்பர்களுடன் சேர்ந்து சாவதற்கு சத்தியம் செய்தேன். பாலர் வகுப்பு முதல் பல்கலைக்கழகம் வரை என்னோடு நெருங்கிய நண்பர்கள் யாரும் உயிரோடு இல்லை. இராணுவ மொழியில் சொல்வதென்றால் அவர்கள் காணாமல் போனார்கள். கடந்த 33 ஆண்டுகளாக இடப்பெயர்வான சுற்றோடி வாழ்வும் - புலம் பெயர்ந்த வாழ்வும் என் பின்னால் தொடர்ந்த வண்ணம் இருக்கின்றன. வாழ்வின் நீள் பாதையில் எல்லாவற்றுக்கும் முகம் கொடுத்து வாழப் பழகிக் கொண்டேன்.

மறைந்து வாழவும், இழந்து வாழவும், இறந்து வாழவும், பழகிக் கொண்ட நான், இந்த இகழ் வாழ்வில் இன்று பதுங்கி வாழவோ, நிமிர்ந்து வாழவோ பலமும் இல்லை பயமுமில்லை என்ற நிலையில் உள்ளேன். உடலும் உள்ளமும் தளர்ந்து போனாலும் ஏதோ ஒரு நம்பிக்கையில் வாழவும் தமிழ் சமூகத்துக்கு ஒன்றைச் செய்ய முடியும் என்ற விருப்பவியல் குருதித் தொனியில் தோணியில் வந்த காலம் கரைகிறது.

85 முதல் இன்று வரை ஓடித்திரியும் வாழ்வில் பல கவிதைகளும் கட்டுரைகளும் காணாமல் போனது. இதழ்களை தேடுவதும் சாத்தியமில்லை. இதழ் நடத்தியவர்களும் சேகரிப்பாளர்களும் உயிரோடு இருந்தால்தானே தேடுவதற்கு. வாழ்வதற்கே போராடும் மனிதர்களிடத்தில் எதைத் தேடி அலைவது. நான் சேகரித்த நூலகமும் எழுதியவைகளும் காலப்போக்கில் அனலிலும் புனலிலும் கரைந்தது ஒரு பக்கம் என்றால், பேரினவாத அரசால்

பத்திரிகை சுதந்திரமும் எழுத்தாளர்களும் தடை செய்யப்படுவதும், கொல்லப்படுவதும், நூல்கள் எரியூட்டப்படுவதும் இன்று வரை தொடர்ந்த வண்ணம் இருக்கையில், நானும் என் கவிதைகளும் தப்புவது எம்மாத்திரம்?நானும் எல்லாவற்றுக்கும் ஆளானேன். எல்லாவற்றையும் ஞாபகப்படுத்தி எழுதி விடலாம் என்ற நம்பிக்கை மட்டும் இன்னும் முகிலாய் இருக்கிறது.

தமிழக மக்களுக்கு ஈழப் போர் குறித்த வாழ்வையும் பேரினவாத அரசால் நாளாந்தம் மக்கள் படும் பேரவலத்தையும் ஒரு நூறு கவிதைகளாகவும் கதைகளாகவும் சொல்லியிருக்கிறேன். புலம்பெயர் வாழ்வில் தமிழகப் பார்வையை உரை நடையாகவும், காதல் கவிதைகளாகவும், நாட்டுப்புறவியல் களச் சேகரிப்புகளாகவும், பத்திகளாகவும், இலக்கண இலக்கிய அகராதிக் காப்பியமாகவும், நாடகக்கலையாகவும், நுண்கலைப் பிரதிகளாகவும், நாடோடிப் பயணங்களாகவும், கலா சாலை போதகனாகவும், முற்போக்கில்லா கற்போக்கு விருந்தாளனாகவும், தொகுப்பதிகாரமாகவும் பதிவு செய்திருக்கிறேன். மேலும் ஆங்கிலத்தில் மூத்தகுடி கலாச்சாரப் பயணங்கள் மற்றும் கல்விப் புலக்கலைப் பேரதிகார நுட்பவியல் குறித்தும் மனைவி தமிழ் இனியா சொற்களை விதைத்து வருகிறார். புகார்க் காண்டத்திலிருந்து மதுரைக் காண்டம் வந்துள்ள கொடை மகன் இமயக்காப்பியன்(6) படைப்பாக்கப் பணியில் முந்நீர் போல் எமக்கு பேருதவியாக இருக்கிறான். துயரங்களின் சாட்சிகள் மரணிப்பதில்லை என்கிற காத்திரச் சொல்லின் சாட்சிகளாய் நாங்கள். கீழடி / உலகின் / மூத்த காலடி

எனக்கான உதவிகளை செய்யும் குழந்தைகள் சக்தி என்கிற விடுதலைவெண்பா, சூரியவாசன் என்கிற இலக்கியப்புரட்சியாளன், ரித்திஷா என்கிற நிழலினி, விதுஷி, பார்பி என்கிற மோனலிக்கும், பாரா முகமாகவே போய்விட்ட ஜேர்மனியில் வாழும் குழந்தைகளான பூர்த்திகா என்கிற இதழினி, அரிகரசுதன் என்கிற எளிஞன் ஆகியோருக்கும் நன்றி சொல்ல தேவையில்லை. எக்காலத்திலும் நன்றிக்குரியவர்களாக இருக்கும் என் சின்னத்தாய் செல்வி கிருஷ்ணமூர்த்தி குடும்பத்தாருக்கும் மற்றும் எனது அக்கா பத்மாவதி, தீபாவிற்கும் நன்றிகள் பல.

-தமிழ்த்தேசன் இமயக்காப்பியன்

முன்னுரை

ஏறக்குறையப் பத்து ஆண்டுகளுக்குமுன் "காலந் தோறும் பெண்" என்ற தலைப்பில் சில கட்டுரைகளை எதினேன். அதுவே நூலாக வெளியிடப்பட்டதும் வாசகர்களிடையேயும் ஆய்வாளரிடையேயும் நல்ல வரவேற்பைப் பெற்றது. தொடர்ந்து 'காலந்தோறும் பெண்மை'என்ற ஒரு நூலையும் எழுதினேன். இப்போது இது மூன்றாவது நூல்.

பெண்ணின் சமுதாய வரலாறு கணிக்கப்பட்டிருக்கவில்லை என்றால் தவறில்லை. காலம் காலமாக மனிதகுலம் என்றால் அது ஆணைச் சார்ந்ததாகவே கணிக்கப்பட்டிருக்கிறது. நீதி நூல்களும், வாழ்வியல் கோட்பாடுகளும் ஒரு பெண்ணை மனிதப்பிறவி என்று ஒப்பி அவளையும் முன்னிறுத்தியே சொல்லப்பட்டிருக்கவில்லை. ஆணுக்கு மகிழ்ச்சியும் நலமும் தரவும், வாரிசைப் பெற்று வாழ வைக்கவுமே அவளை இறைவன் படைத் திருக்கிறான் என்ற கருத்தையே காலம் காலமாக எல்லாச் சமயங்களும் மக்களை நெறிப்படுத்தி வந்தி-

ருக்கின்றன. இந்நாள், இருபத்தொன்றாம் நூற்றாண்டை நாம் எட்டிக் கொண்டிருக்கும் தருணத்தில், பெண் தன் இருப்புக்காகவும் உயிர் வாழ்வதற்காகவும் கருப்பையிலேயே போராட வேண்டிய நிலைக்குத் தள்ளப்பட்டிருக்கிறாள். இது உண்மை. ஏன் இப்படி?

ஆண்-பெண் இருவருமே இவ்வுலகுக்கு இன்றியமை யாதவர்கள். ஒருவரின்றி மற்றவர் தனித்து வாழ முடியாது. அவ்வாறிருக்கையில் பெண்ணுக்கு மனிதப்பிறவிக்குரிய மதிப்புக்களே ஏன் அளிக்கப்பட்டிருக்கவில்லை? மண், பொன் போல், பெண்ணும் அவனுக்கு ஒரு சாதனம். உழைப்புச் சாதனம்; வாரிசு தரும் சாதனம். எட்டும் அறிவினில் ஆற்றலில் ஆணுக்கிங்கே இளைத்தவர்களில்லை என்று நிரூபணமான பின்னரும் அவள் வெறும் சாதனமாகவே கழிக்கப்படுவதற்கும். அழிக்கப்படுவதற்கும் உரியவளாகவே இருக்கிறாளே? இது ஒரு தருமமாகவே பாலிக்கப்பட கதைகள், புராணங்கள், காவியங்கள் எல்லாம், எல்லாம்...ஏன்?

இந்தக் கேள்விகளே நான் 'காலந்தோறும் பெண்' என்ற நூலுக்கான கட்டுரைகளை எழுதுவதற்குக் காரணமாக இருந்தன. தொடர்ந்து இன்னும் சிறிது கூர்மையாக ஆழ்ந்த உணர்வுடன் சில கட்டுரைகளை மேலும் எழுதத் துணிந்திருக்கிறேன். மனிதகுலம் தாயில்லாமல் தோன்றுவதற்கில்லை. உண்மையில் அவளே முழுமுதற் சக்தி. அவளின் அம்சமே அவன் என்றாலும் தவறில்லை. இந்நாள், உயிரியல் தொழில் நுட்பவல்லார், தம் வளர்ந்துவரும் ஆய்வின் பயனாக மனிதர் தோன்றிய தொன்மைக் காலத்தை அவர்கள் உயிரணுக்களைக் கண்டறிவதன் மூலம் கணக்கிடலாம் என்று கூறுகின்றனர். அப்படிக் கூறுகையில், எங்கே: மத்திய ஆப்பிரிக்கப் பழங்குடிப் பெண்ணிடமே அந்தத் தொன்மையைக் குறிப்பாக்கலாம் என்று ஊகிக்கப்படுகிறது. 'செல்' என்ற உயிர்த்திசு, கரு உற்பத்திக்குப் பெண்ணிடம் இருந்தே பெறப்படுகிறது. ஆணின் விந்தணுவில் 'செல்' என்ற உயிர்த்திசு கிடையாது. சினைமுட்டை, இரண்டாக நாலாகப் பிரிந்து பிரிந்து கருவாகும் விந்தை கூறப்படுகிறது. பெண்ணின் பூப்பு; மாதாந்திரக் குருதி வெளிப்பாடு எல்லாமே விந்தை நிகழ்வுகளாகக் கருதப்படும்படி ஆய்வுத் தகவல்கள் வெளியாகின்றன. கருப்பையை, எந்த நச்சும், அசுத்தமும் தாக்கியிராத தூய்மை நிலைக்குக் கொண்டு வருவதற்கே, குருதி வெளிப்பாடு நிகழ்கிறது. அதில் நச்சுக் கொல்லிக்குரிய தன்மை இருக்கிறதென்று அண்மையில் வெளிவந்த ஆய்வுத் தகவல் தெரிவிக்கிறது.

இத்தகைய அற்புதத் தாய்க்குரிய ஆற்றல்களை இயற்கை அவளுக்கு அளித்திருக்கிறது. அவள் முதல்வியாகவே திகழ்ந்தாள்: போற்றப்பட்டாள். 'சக்தி-சக்தி-அவள் ஆடும் கூத்து: அண்டசராசரங்கள் கதி தவறாமல் சுழல்கிறது' என்ற தாய் வழிபாட்டில் மக்கள் ஈடுபட்டிருந்ததும் இல்லாமலில்லை. ஆனால் காலப்போக்கில் வாழ்வுச் சாதனங்கள் பெருகிய பிறகு, ஆண் அவளை முற்றிலுமாக அடிமை கொண்டான். தாய் முதல்வி அல்ல; தந்தைதான்... என்ற கருத்தை நிலை நிறுத்த எத்தனை கதைகள், புராணங்கள்: காவியங்கள்! படைப்புக் கடவுளாகிய ஆண், தானே இரண்டாகப் பிரிந்து ஆணும் பெண்ணுமாகி முதல் பெண்ணைப் படைத்தான் என்றும், பெண்ணின் கருப்பை தேவையில்லாமலே, ஆண் கடவுளின் உந்திக்கமலத்தில் படைப்புக்கடவுள் தோற்றினார். அல்லது நெற்றிக்கண் சுடரிலிருந்து பிள்ளைகள் பிறந்தனர் என்றெல்லாம் பல கற்பனைகளில் ஆண் கடவுள்கள், மேலாண்மையை நிலை நாட்டி வருகின்றனர். இது ஏதோ, மனங்கவர் கற்பனைகள், சுவாரசியங்கள் என்று முடிந்து

விடவில்லை. பெண், இன்று தன் சொந்தப் பெண் குழந்தையை வெறுத்து அதற்கு நஞ்சூட்டிக் கொல்வதின் மூலம் தன்னையே சிதைத்துக் கொள்ளும் கொடுமை இன்று இயல்பாக நிகழ்கிறது. இந்த நிலையில், நம் புராணங்கள், கதைகள், காவியங்கள், அவற்றில் மறைமுகமாகக் கூறப்பட்டிருக்கும் அறிவுக்குப் பொருந்தாத தகவல்கள், விவரங்கள் ஆகியவற்றை மறுபரிசீலனைக்கு உட்படுத்த வேண்டும் என்ற சிந்தனை எழுகிறது. அத்தகைய ஒரு தூண்டுதலின் விளைவே இந்நூல். இதில் கட்டுரைகளைத் தவிர, நாம் வாழும் காலத்தில் வாழ்ந்து மறைந்த இரு அபூர்வமான அரிய பெண்மணிகளைப் பற்றிய சிறு சொற்சித்திரங்களையும் உங்கள் முன் வைக்கிறேன்.யாரையும் குறை கூறவோ, அல்லது வருத்தவோ இந்த எழுத்துக்களை நான் நிச்சயமாக உருவாக்கவில்லை. பெண் என்ற நோக்கில் கனிந்துவரும் ஆதங்கத்தின் உந்துதலில் இப்படியும் பார்க்க வேண்டும் என்று இந்நூலை உருவாக்கியுள்ளேன். இந்த நூலைக் கொண்டுவரும் தாகம் திரு. அகிலன் கண்ணன், திருமதி மீனா இருவருக்கும் என் நெஞ்சார்ந்த நன்றி. வாசகர் இதை எப்போதும் போல் ஏற்று ஆதரிக்க வேண்டுகிறேன்.

-ராஜம் கிருஷ்ணன்

1. ஆதித் தாய்

இருபதாம் நூற்றாண்டின் இறுதி ஆண்டுகள் ஓடிக் கொண்டிருக்கின்றன. மனித சமுதாயம் எப்போது, சமுதாயம் என்ற நாகரிகம் காண மலர்ந்தது? ஆணும் பெண்ணும் எப்படி வாழ்ந்தார்கள்?

இறைவன் முதலில் ஆணையே படைத்தான். பின்னர் அவனுக்கு அடங்கிய துணையாக, அவனிலிருந்து ஒரு பகுதியை வைத்தே பெண்ணைப் படைத்தான், என்ற வகையில், சமயங்கள் சார்ந்து பல கருத்துக்கள் கற்பிக்கப் பட்டிருக்கின்றன. என்றாலும், ஆதிமனிதர் வரலாறு, பெண்ணை அப்படி ஒரு துணைப் பிறவியாக இனம் காட்ட வில்லை என்பதே சரியாகும். வரலாற்றுக்கு முந்தைய காலத்தில், மனிதர் விலங்குகளைப் போன்றே வாழ்ந்திருக்கிறார்கள்.

நிலத்தில் கொடிய விலங்குகளுக்கு அஞ்சி, குரங்குகளைப் போல் மரக் கிளைகளில் தங்கியும், கூடி இனம் பெருக்கியும் வாழ்ந்தார்கள். தரைக்கு இறங்கி, நிமிர்ந்து, இரண்டு கைகளைப் பயன்படுத்திக் கொள்ளத் தொடங்கியதும், பின்னர் நெருப்பின் பயன்களைக் கண்டு கொண்டதும் மனித வாழ்க்கையின் அற்புதமான திருப்பங்களாகும்.

வாழ்வில் அச்சம் நீங்கியது; நடுக்கும் குளிரில் இருந்து மீட்டு வெம்மையாகிய இன்பம் இசைந்தது. சமைத்த ஊன் சுவையாக இருந்தது. எளிதில் சீரணமாயிற்று. தீயின் ஆற்றலை உணர்ந்த ஆதிமனிதரின் அறிவுக் கண்கள் புத்தொளியுடன் வாழ்க்கையில் முன்னேற்றம் காணலாயிற்று.

அறிவும் சிந்தனையும் கைத்திறனும் சொல்லாற்றலை மலரச் செய்தன. வெறும் இயல்பூக்க உணர்வினால் மரக் கிளைகளில் கூடி இனம் பெருக்கிய மக்கள், அந்த ஆற்றலை, மனித வாழ்வின் தலையாய பேறாக இனம் கண்டனர். கூடலுக்கான விழைவும், கடலும், அதன் பயனான மகப்பேறும் புதிய பரிமாணங்களைப் பெற்றன.

ருக்வேதம் முதல் மண்டலத்தில் அதிதியைப் போற்றிப் புகழும் பாடல்கள் இடம் பெற்றிருக்கின்றன. வானும், வளிமண்டலமும் உலகங்களும், உயிர்களும் இவளிலிருந்தே தோன்றின

என்று படைப்புக்களுக்கெல்லாம் மூலதாரமாகத் தாய்ச்சக்தி போற்றப்பட்டிருக்கிறாள். அதிதி வான்; அதிதி வளிமண்டலம்; அதிதி தாய்; தந்தை; மகன்; அதிதியே கடவுளர் (விச்வே தேவா:) அதிதியே ஐந்தொழில் புரிவோர் (பஞ்ச ஜனா:) அதிதியே பிறந்த, பிறக்கப்போகும் உயிர்கள்... (ருக்1-14-5)

இறைவனே பெண்ணாகவும் ஆகி, இருகூறுகளிலிருந்தும் முதல் பிரஜையைப் பிறப்பித்தான் என்றும், திருமாலின் உந்திக்கமலத்திலிருந்து படைப்புக்கடவுள்-(ஆண்) பிறந்தார் என்றும் முக்கண்ணனின் நெற்றிக்கண்ணில் தெறிந்த பொறிகளில் இருந்து குமரக்கடவுள் தோன்றினார் என்றும் பெண்ணின் கருப்பைச் செயல்பாட்டையும் தாய்த் தன்மையையும் மறுக்கும் கற்பிதங்கள் இந்நாட்களில் தெய்வம் சார்ந்து நிலைப்படுத்தப்பட்டிருக்கின்றன. ஆனால் ருக்வேதம் காட்டும் இப்பாடல், தாயாண்மையின் முழுப்பிரதிபலிப்பாகவே திகழ்கிறது.

பெண் 'தாய்' என்று அறியப்பெற்றாள். 'ஜனி' உயிரைப் பிறப்பிப்பவள் என்ற மாண்புடையவளானாள். இவள் பிறப்பித்த உயிர்கள் 'ஜனம்' என்று அறியப்படலாயினர். 'ஜனம்' என்ற குழுவின் தலைவியாக தாய் விளங்கினாள். இவள் பேராற்றல் மிகுந்தவள். இவள் தலைமையில் மக்கள் வேட்டைக்குச் சென்றனர். காட்டுத் தீயைக் குகைக்குள் பாதுகாக்கக் கற்றுக் கொண்டார்கள். இறைச்சியை உணவாகக் கொண்டபின் விலங்குத் தோலைப் பதமாக்கித் தைத்து ஆடையாக்கினார்கள். மண்பாண்டம் செய்து பயன் படுத்தத்தெரிந்து கொண்டார்கள். மக்களுக்கு நோயினால் துன்பம் வருந்துற்றபோது, பச்சிலை மூலிகைத்திறன் கண்டார்கள். குழுவில் இவளே மக்களைப் பெறும் ஆற்றலைப் பெற்றிருந்த காரணத்தினால்,

ஆண் தலைமைத் தகுதிக்கு உரியவனாக வரவில்லை. குழுக்கள் பெண்களால் தாய்த்தலைவிகளாலேயே அறியப்பட்டனர். தாய்-மக்கள் இந்த உறவுகளைத் தவிர வேறு உறவுகள் இந்தக் குழுக் காலத்தில் தோன்றியிருக்கவில்லை எனலாம்.

இந்தக் குழுக்களே, தாயாண்மைச் சமுதாயமாக வளர்ச்சி கண்டன. வலிமையினால் தன் நாயகத் தன்மையை நிலைநிறுத்திக் கொண்ட, ஆண் தலைமைக்குழுக்களும் இதே போல் இதே காலத்தில் உருவாயின. கானகங்களில் குரங்குகள் தன் வலிமையினால் பல பெண்களைச் சேர்ந்து இனம் பெருக்கி, நாயகப்பதவிக்கு வருவதைக் கண்ட மனிதன் அதே வழியைப் பின்பற்றினான். எவன் தன் வலிமையினால் பல பெண்களைத் தனக்கு உரிமையாக்கிக் கொள்கிறானோ அவனே தலைவன் என்று குழுத் தலைமைக்கு உரியவனானான்.

இந்தக் குழுவில், ஆண், விலங்குகளை உயிருடன் பிடித்துப் பழக்கு வதனால் ஏற்படும் பயன்களையும் கண்டான். உணவுக்கு அன்றாடம் அலையவேண்டாம். பால், தயிர், வெண்ணெய் என்ற உணவுப் பொருட்கள் கிடைத்தன. குதிரைகள் ஏறிச் சவாரி செய்யப் பயன்பட்டன. காடுகளில் வளர்ந்த யவம் போன்ற தானியங்கள்-செழித்து வளர்ந்த புற்கள் ஆகியவை கால்நடைகளுக்குத் தீனியாகப் பயன்பட்டன.

காலம் சொல்லச் செல்ல, தானியங்களை விளைத்துப் பயன் பெறலாம் என்று கண்டனர். குகைகளில் தங்கியவர்கள், நெருப்பை எப்போது வேண்டுமானாலும் பெற முடியும் என்ற வழி கண்டதும், பல்வேறு பகுதிகளில் நாடோடிகளாகக் குழுக்களாக உலகைக்காண திரிந்தார்கள்; பிறகு நீர்க்கரை ஓரங்களில், தங்கள் குடியிருப்புக்களை அமைத்துக் கொண்டார்கள்.

வாழும் வழி சிறந்தது; உலகின் பல பகுதிகளிலும் ஆறுகளை ஒட்டிய பகுதிகளில் மக்கள் பல்கிப் பெருகினர். அவர்கள் வானிலை, மாறும் பருவங்கள் அறிந்தார்கள். தம்

அறிவுக்கு எட்டாத இயற்கை நிகழ்வுகளை, தெய்வ ஆற்றல் என்று கருதி, இயற்கையை வழிபட்டார்கள்.மனித உடலின் இன்றியமையாத ஆற்றல் குருதி என்று கருதி, அந்த இரத்தத்தை தெய்வம் என்று நம்பியவற்றுக்குப் பலியாக்கும் சடங்குகளைச் செய்தார்கள்.

மனித சமுதாயம் நிலைப்படுமுன், இத்தகைய பெண்தலைமை-ஆண்நாயகக் குழுக்கள், அந்தந்த இடத்துக்குரிய சூழலுக்கேற்ப, உருவாயின. குழுவுக்குள்ளேயே ஆணும் பெண்ணும் இன்னார் இனியவர், தக்கார், தகவிலர் என்ற வேற்றுமையின்றிக் கலந்து இனம் பெருக்கிய முறை மாறி வெவ்வேறு குழுவினருடன் சம்பந்தம் செய்து கொள்வதென்றாயிற்று.

இப்போதும் தாயை வைத்தே மக்கள் அறியப் பெற்றனர்.

இதிகாசங்கள் காட்டும் உண்மைகளிலிருந்து, இந்த நிலையை அறியலாம். மகாபாரதத்து ஆதித்தாய் சத்தியவதி, பராசரரைக் கூடியபோது, திருமணம் என்ற நெறி வழக்கில் வந்திருக்கவில்லை. ஆண்-பெண் கூடுவதற்குரிய நேரம், இடம் என்ற வரம்புகள்கூட நிர்ணயிக்கப்பட்டிராத காலம் என்று கூடக் கொள்ளலாம். ஒரு மேகத்திரைக்குப் பின் இந்நிகழ்ச்சி நடைபெறுவதாகக் காட்டப்படுகிறது. அடுத்து, இதே சத்தியவதியை, தந்தை நாயகக்குழுவில் வந்த சந்தனு விரும்புகிறான். சத்தியவதியின் தந்தை, சந்தனுவிடம் தன் மகள் வயிற்றில் பிறக்கும் மகவுக்கே முடிசூட்டப்பெற வேண்டும் என்று கோருகிறான். நீ விட்டுக் கொடுத்தாலும் உன் மகன் விட்டுக்கொடுப்பான் என்பது என்ன நிச்சயம்? அப்படி அவன் விட்டுக் கொடுத்தாலும் அவன் சந்ததியினர் உரிமை கோரமாட்டார்கள் என்பது என்ன நிச்சயம்? என்றெல்லாம் கேட்கிறான்.

வீட்டுமன், வாழ்நாள் முழு வதும் பிரும்மசாரியாகவே இருப்பதாகச் சபதம் செய்கிறான். ஆனால், சத்தியவதியினால் தந்தை நாயகச் சந்ததியை நிலை நிறுத்த முடியவில்லை. அவள் சந்தனுவின் தொடர்பால் பெற்ற மைந்தர்கள், ஆண்மையற்றவர்களாக இருந்ததால், சத்தியவதியின் மைந்தன், வியாசர் தாம் சந்ததியைத் தோற்றுவிக்கிறார். பெண்களைத் தம் புல் வலிமையினால் கொண்டு வரும், ஆண்நாயக வழக்கம், வீட்டுமன் அம்பை, அம்பாலிகை, அம்பிகை என்ற கன்னியரை, தன் சிற்றன்னை மக்களுக்காகக் கொண்டுவந்த நிகழ்ச்சிகளில் பிரதிபலிக்கிறது.

ஒருவகையில் மகாபாரத இதிகாசம், மானுட சமுதாய வரலாற்றைச் சொல்வதாகவே கொள்ளலாம். மகளிர் நிலையை இந்த வரலாற்றில் மிகத் தெளிவாகக் காண முடிகிறது.

காந்தாரி ஏன் கண்களைக் கட்டிக் கொண்டாள்? தனக்கு வாய்த்த குருடனான கணவனைக் காணவேண்டாம் என்றா? அல்லது, கணவனால் பார்க்கமுடியாதவற்றைத் தானும் பார்க்கவேண்டாம் என்ற பதிவிரதநெறி காக்கவா?

ஆண்நாயக வலிமைக்குமுன் ஒடுங்கவேண்டி வந்த நிலையை இப்படி ஓர் எதிர்ப்பாக-வெறுப்பாகக் காட்டிக் கொண்டிருக்கலாம் அல்லவா? காதலனுடன் வாழநினைத்த அம்பையின் வரலாறு சோகமானது. தன்னைப் பல வந்தமாகப் பிடித்து வந்து, வாழ்வே இல்லாமல் துன்பமிழைத்த பீஷ்மனைக் கொன்று பழிதீர்த்துக்கொள்ள அவள் சூளுரைத்தார். இந்த எழுச்சி இன்றைய பெண்ணின இயக்கச் சோதரிகளின் எழுச்சிக்கு வித்தென்று கொள்ளலாம்.

தான் விரும்பிய ஆணை நாயகனாக ஏற்றுச் சேரும் உரிமை அம்பைக்குப் பிடுங்கப்பட்டது. அம்பாலிகா, அம்பிகா - சோதரிகள், புகுந்த இடத்துக்குச் சந்ததிவேண்டும் என்று,

திருமண வரம்புக்கு அப்பால், விரும்பாத ஓர் ஆணைச் சேரவேண்டும் என்ற கட்டாயத்துக்குட்படுத்தப் பட்டனர்.

இதற்கும் அடுத்த தலைமுறையில் ப்ருதா - குந்தி கன்னியாகவே, அவள் விருப்பம் முகிர்த்து வராத அரும்பு நிலையில் தாயாக்கப்படுகிறாள். சத்தியவதிக்கு இருந்திராத சமூக அச்சம் குந்திக்கு வந்து விடுகிறது. பெண்ணின் தாய்மை, ஓர் ஆணுக்கு அவள் உரியவளாகாத நிலையில், சமுதாயத்தால் ஏற்றுக் கொள்ளப்படக் கூடியதன்று என்ற நீதி அறிவுறுத்தப்படுகிறது.

பெண்ணின் கருப்பை இயக்கம்-தாய்மைக்கூறு, அவருடைய உரிமையில் இருந்து பிரிக்கப்பட்டுத் தனிமைப்படுத்தப்படும் முதல் அடி இது. தான் தன் உடலின் ஒரு பகுதியாக வயிற்றில் வைத்து உருவாக்கிய சேயை, மார்போடு அனைத்துப் பாலூட்டிச் சீராட்டும் உரிமை, பச்சை இரணமாகப் பிரித்து எறியப்படும் இந்தக் கொடுமை, இன்றளவும் நிகழ்ந்து கொண்டிருக்கிறது. குந்தியே முதல் அடி பெற்ற ஆதித்தாய்.

இன்னமும் பாண்டுவின் மைந்தர்கள் - பாண்டவர்கள் என்று பொதுவாகக் குறிக்கப் பெற்றாலும் பார்த்தன் என்றும் கௌந்தேயன் என்றும் அருச்சுனன் மட்டும் தாயின் மகனாகவே சிறப்பிக்கப் பெறுகிறான். கர்ணன் - ராதை வளர்த்த பிள்ளை, ராதேயன் என்று அவள் மகனாகவே வழங்கப்படுகிறான். அதிதி - ஆதித்யர்கள்-கிருத்திகா-கார்த்திகேயன்-என்ற பெயர்களெல்லாம் தாயின் பெயரைக் கொண்டே வழங்கப் பெற்றிருக்கின்றன. எனவே, தந்தைநாயகம் இந்தச் சமுதாயத் துவக்க காலங்களில் முதன்மைப்படுத்தப்பட்டிருக்க வில்லை எனலாம். இது ஒரு வகையில் கலப்படமான காலத்தையே அறிவுறுத்துகிறது.

திருமணம் என்ற நிகழ்ச்சியை, கைபிடித்தல் என்று இன்றும் வழங்குகிறோம். 'பாணிக்கிரஹணம்' என்ற 'கை பிடித்தல்' திருமணச்சடங்கின் முதல் குறிப்பாக இன்றளவும் வழக்கில் இருக்கிறது. ஆணும் பெண்ணும் தங்களின் விருப்பத்தை ஒருவருக்கொருவர் தெரிவித்துக் கொள்ள, கைப்பற்றிக் கொள்வது வழக்கமாக இருந்திருக்கிறது.

ஆச்வலாயன தர்ம சூத்திரம், திருமண விதிமுறைகள் பற்றிக் குறிப்பிடுகையில், தனக்கு ஆண் மகவு வேண்டுமென்றால், மணமகன் மணமகளின் கட்டை விரலைப்பற்ற வேண்டும்; மகள் வேண்டும் என்று விரும்பும் போது, வெறும் விரல்களை மட்டும் பற்ற வேண்டும்; ஆண், பெண் என்று இருபால் சந்ததியும் வேண்டுமென்று விரும்புபவன், கட்டை விரலுடன் ஏனைய விரல்களையும் சேர்த்துப் பிடிக்கட்டும் என்று அறிவிக்கிறது. இந்த விதிமுறையை இன்றும் திருமணம் நடத்தி வைக்கும் மேதகு புரோகிதர் நினைவுபடுத்தும் வண்ணம், மணமகனிடம், பெண்ணின் கட்டை விரலைப் பிடித்துக் கொண்டு வரவும் என்று கூறுகிறார். இல்லாவிட்டால் பெண் பெண்ணாகப் பிறக்கும் என்று கூட்டத்தில் எல்லாம் தெரிந்த பண்டிதக்கிழவர் முண முணப்பதும் காதில் விழுகிறது.

வனங்களில் குழுக்காளாக மனிதர் வாழ்ந்த காலத்தில், தாய்த்தலைமைக் குழுக்களில், அவள் விருப்பமின்றி எந்த ஆடவனும் அவளை அணுக முடியாது. தன் விருப்பத்தை அவள் விரல்களைக் குவித்து ஓர் ஆடவனுக்குத் தெரிவிப்பதன் வாயிலாக அவன் அவ்விரல்களைப்பற்றி உடன் படுவான். தந்தை நாயகக் குழுக்களிலோ, ஆண் பெண்ணின் கட்டை விரலைப்பற்றித் தன் இச்சைக்கு உடன் பட அழைப்பான். எனவே, தாயாண்மைக் குழுவிலிருந்து பெண் கொள்ளும் போது, அவளை அவன் கட்டை விரலைப் பற்றித் தன்

ஆளுகைக்குக் கொண்டு வந்தான் என்றும், தாயாண் குழுவுக்கு வருபவன் அவள் விரல்களைப்பற்றிக் கொண்டான் என்றும், ஊகிக்கலாம். நாளடைவில், தந்தை நாயகமே மேல் நிலையாதிக்கமாக, சமுதாயம் முன்னேறி வந்தபோது, பெண்ணைக் கட்டை விரலைப் பற்றி ஆதிக்கத்துக்குட் படுத்துவதே பரவலாக வழக்கில் வந்திருக்க வேண்டும். இந்த அடிப்படையைப் பின்பற்றி திருமண விதிகள் ஆண்சந்ததி; பெண் சந்ததி என்று முறைப்படுத்தப் பட்டிருக்கின்றன என்று கொள்ளலாம். இது ஒருவகை அச்சுறுத்தல் போலவும் அறிவுத்தப்படுகிறது இல்லையா?

2. விருந்தோம்பல் பண்பாடு

தந்தையாதிக்கம் நிலைப்படுவதற்கு முன் திருமண முறை ஒழுக்கமான வழக்கில் வரவில்லை என்பதை மராத்திய வரலாற்றறிஞர் காலஞ்சென்ற ராஜ்வாடே தம் ‘பாரதியத் திருமண முறைகளின் வராலாறு’ என்ற நூலில் குறிப்பிடுகிறார். வேறு குழுக்களில் இருந்து பெண்கள் கட்டாயமாகத் தூக்கி வரப்பட்டனர் என்ற வகையில் இவருடைய ஆய்வு சொற்களின் மூலங்களில் இருந்து சான்றுகளை வெளிப்படுவத்துவதாக இருக்கிறது.

இச்சொற்களின் மூலப்பொருளைப் பார்க்கலாம்-

1. பித்ரு-அல்லது பிதா.

பா-என்ற சொல் மூலமாக விளங்குகிறது. பா என்றால் பாலித்தல், அல்லது, குழுவை எதிரிகளிடம் இருந்து காப்பாற்றல் - அதற்காகப் போராடக் கூடியவர்.

2. மாத்ரு அல்லது மாதா. ‘மா’ என்ற சொல், உணவைக் குறிக்கிறது. ஒரு தாய் தன்னிலிருந்தே பெற்ற சேய்க்கு உணவைக் கொடுக்கிறாள். தாயின் மார்பில் சுரக்கும் பாலை, ‘மம்மம்’ என்றே இன்றளவும் குழந்தைகள் குறிப்பிடுவதைக் கவனிக்கலாம். அம்மா, மாதா, மாம்மா போன்று, உலகின் மொழிகளில் எல்லாம் ‘மா’ என்ற சொல், உணவாக வியாபித்து, அந்த உணவை அளிக்கும் முதல்வியாக அன்னையைக் குறிக்கிறது எனலாம். எனவே, இவள் தானிய உணவோ, இறைச்சி உணவோ, எதுவானாலும் குழுவினருக்குப் பகிர்ந்தளிக்கும் பொறுப்பை ஏற்றிருக்கிறாள்.

3. ப்ராத்ரு-அல்லது ப்ராதா-குழுவுக்குத் தேவையான பொருட்களைப் பெற்று ஆதரிப்பவன். 4. பர்த்ரு அல்லது பர்த்தா-பெண்களை வேறு குழுக்களில் இருந்து பலவந்தமாகக் கடத்தி வருபவன்.

5. துஹித்ரு-துஹிதா (Daughter என்ற ஆங்கிலச் சொல்லின் எழுத்துக்கள் இந்த மூலத்தில் நிலை கொண்டதே) பால் கறக்கும் பெண். குழுவுக்கான மந்தையில் பால் கறக்கும் செயலை இவள் மேற்கொள்கிறாள்.

6. *பதி* - தனியாக ஒரு வீடமைப்பவன். சுதந்தரமாக வாழ முற்படுபவன்.

பத்னி அந்த வீட்டை ஒழுங்குபடுத்துபவள்.

இந்த இரு சொற்களும் குழுவாழ்க்கையை விடுத்துத் தனிக் குடும்பமாக வாழத் தொடங்கிய பின்னரே பிறந்தவை.

பார்யா என்ற சொல்லுக்குக் கடத்திக் கொண்டு வரப் பட்டவள் என்பதே பொருள்.

பதி-பத்னி பதி-தனிக்குடும்பக்காரன். பத்னி-பதியை உடைய ஒரு பெண்.

(பத்தினி என்று இந்நாட்களில் குறிக்கப்படும் கற்புப் பொருளுக்கும் இந்த மூலத்துக்கும் தொடர்பே இல்லை)

இவ்வாறாக, தந்தையாதிக்கம் நிலைப்படுவதற்கு ஆண்-பெண் உழைப்பு பிரிவினை அடித்தளம் அமைத்தது.

ஆடவர் வெளியே சென்று வேட்டையாடினர்; விலங்குகளை உயிருடன் பிடித்துப் பழக்கினர். கொட்டிலில் கொண்டு வந்து கட்டினர். காடுகளை அழித்து நிலம் சீராக்கி, விளை நிலமாக்கியும், நீர் பாய்ச்சியும் தானிய உற்பத்தியிலும் ஈடுபட்டனர். பெண் ஓரிடத்தில் நிலையாகத் தங்கி நெருப்பைக் காத்தாள். கன்று காலிகளைப் பேணினாள். நீர் கொண்டு வந்து உணவு தயாரிக்கும் பொறுப்பை ஏற்றாள். கன்னிப் பெண்டிர் பால்கறந்து தயிர் மோர் தயாரித்தனர். குழுவினருக்கான தோல், கம்பளி ஆடைகளைத் தயாரித்தனர். இந்தத் துவக்கம், பின்னர் பருத்தி பட்டு நெசவு வேலையே பெண்களுக்குரியதாக ஆயிற்று எனலாம். அடுப்பும், பாண்டங்களும் இவள் கைகளினால் உருவாயின.

இல்லத்தில் இருந்தபடி செய்யும் பணிகளனைத்தும் இவள் செய்தாள். தந்தையாண் சமுதாயம், பெண்ணைத் தாய் மக்களிடம் இருந்து பிரித்து, தங்களிடையே ஊன்றச் செய்வதையே திருமண சடங்காக உறுதிப்படுத்தியது. பலவந்தமாகப்பற்றிக் கொண்டுவராமல், அன்போடு அணி கலன்களும், பரிசில்களும் வழங்கி, மகளுக்குப் பிரியா விடை கொடுத்துத் தாய்வீட்டு மக்கள் அனுப்ப, மணமகன் தன் இல்லம் கூட்டி வந்தான். ஓ, இங்கு நீ இந்த இல்லத்தின் அரசியாக வாழ்வாயாக! இந்த இல்லத்துக்குச் சொந்தமான கன்று காலிகளுக்கு நீயே எஜமானி! இந்த வீடே, இந்தச் சுற்றமே, இந்த வண்மைகளே உனக்கு உரியவை! என்று புதிய வீட்டுக்கு அவளைப் பொற்றோரணங்கள் வளைத்து வர வேற்றார்கள். ருக்வேதம் காட்டும் திருமணத்தின் சாரம் இதுவே.

பிறந்த மண்ணிலிருந்து பிரிக்கப்பட்ட இவள், இப்படிப் பூவாரங்கள், பொன்னாபரணங்களினால் போற்றப் பட்டாலும் இவளுக்கும் இவள் உடமைகளுக்கும் உரியவன் ஆண் என்று தீர்ந்தது. மண்ணும், பெண்ணும் உடமைகள் என்றான பின் மனித வாழ்க்கையில் இனக் குழுக்களிடையே மோதலும், போர்களும், கொடுக்கல் வாங்கல் சமரசங்களும் விரிவு பெறலாயின.

கொடுக்கல் வாங்கல் சமரசங்கள், 'பெண்' அடிமைகளாக இருந்த நிலையிலும், அரசிளங்குமரிகளாக இருந்த நிலையிலும், எந்த வேற்றுமையும் இல்லாமலே பரிமாற்றம் செய்து கொள்ளப்பட்டனர்.

தாழ்ந்த குல அடிமைகளும், யவனம், மிகிரம் போன்ற நாடுகளில் இருந்து வந்த அரசிளங்குமரிகளும், இந்தியக் கலப்பினத்துக்குத்தங்கள் வண்ணங்களையும் வனப்பையும் நல்கியிருக்கிறார்கள்.

இத்தகைய சமுதாய முன்னேற்றம் ஒருபுறம் இருக்கையில், இன்னொரு மரபும் தோன்றி வந்து இணைந்தது. இனக்குழுக்களிடையே, ஒரு பெண்ணைத் தன் வாழ்க்கைக்கு உரிமையாக்கிக் கொண்டு ஒவ்வொருவரும் பயனடைய முடியாத நிலையும் இருந்தது. உடல்வலிமை, பொருள் வலிமை இரண்டும் இல்லாத சிலர், போருக்கும் மோதலுக்கும் வாழ்க்கையில் இடமில்லை என்று முடிவு செய்தனர். கானகங்களில் தனியிடங்களை நாடிச்சென்றனர். மனித வாழ்வின் பல்வேறு பிரச்சனைகளைச் சிந்தித்தனர். மனதை ஒடுக்கி, மேலாம் அறி-

வொளியைப் பெறச் சிந்தனை செய்தனர். புதிய தத்துவங்களைக் கண்டனர். இவர்களின் படைப் பாற்றல், கவினுறு ஒலிக்கோவைகளாக, அற்புதப் பாடல்களாக வெளிப்பட்டன.

பல்லாண்டுகள், இயற்கையின் மடியிலே உள்ளொளி காணப்பயின்ற இப் பெரியோர், தாம் பெற்ற அநுபவங்களை, அறிவை, குழுமக்களுடன் பகிர்ந்து கொண்டு பயன் பெற முன் வந்தனர். இவர்கள் தலைமையில் குரு குலங்கள் தோன்றின. இவர்களே ருஷீ, முனி என்ற சிறப்புச் சொற்களால் வழங்கப் பெற்றனர். இவர்கள் துறவிகள் அல்லர். இத்தகைய சான்றோருக்குப் பெண்களைக் கொடுத்து அவர்கள் வாயிலாகச் சந்ததி பெறச் செய்வது மேலாம் புண்ணியமாகக் கருதப்பட்டது. 'கன்யா தானம்' என்ற சொல்லே இந்த மேன்மையைக் குறிக்கிறது. பிரும்ம முறை, தெய்வமுறை, பிரஜாபத்திய முறை, அர்ஷமுறை, ஆகிய திருமண முறைகள் எல்லாமே, ஓர் ஆணுக்கு இல்லறம் நடத்தி சந்ததி பெருக்குவதற்காக, வாழ்க்கைத் துணையாக ஒரு பெண்ணை அளிப்பதாகவே உணர்த்துகின்றன.

இந்தத் திருமண முறைகளில் சிற்சில வேற்றுமைகள் இருக்கலாம். அர்ஷ 'திருமணம் ஒரு பெண்ணைத் தானம்' என்று வழங்காமல், பதிலாக, ஒரு பசு, ஒரு காளை இரண்டையும் மணமகனிடமிருந்து பெறலாம் என்று விட்டுக் கொடுக்கிறது. என்றாலும், இந்த-பரிசம், கண்டனத்துக்குரியதாகவே கருதப்பட்டிருக்கிறது.

தந்தையாதிக்கம், துவக்க காலங்களில் பெண்ணைச் சுதந்தரம் உடையவளாகவே வைத்திருக்கிறது. என்றாலும், பெண் மனையறம் பேணி மக்களைப் பெற்றுச் சமுதாய உற்பத்திக்கு இன்றியாமையாதவளாக இருந்ததால், விருந்தினருக்கும் வேண்டப்பட்டவருக்கும் இவள் சந்ததிக்காக வழங்கப்பட்டாள். தாய்மை நோக்கம், மனித வாழ்க்கையில் சாதனங்களும் பயன்படு பொருட்களும் கூடிய பிறகு, இழிந்து போய், போகம் என்று கூறு தலை தூக்கியது.

இந்த நிலையை மகாபாரத இதிகாசத்தில் வரும் பல வரலாறுகள் விளக்குகின்றன. அனுசாஸன பர்வம் இரண்டாம் அத்தியாயத்தில் சுதர்சனன் வரலாறு காணப்படுகிறது.

இல்லற தருமத்தில் முக்கியமான பண்பாடு விருந்தோம்பலாகும். சுதர்சன முனிவர் தம் மனைவி ஓகவதியிடம் இக்கடமையை வலியுறுத்துகிறார். இந்தத் தருமம் எப்போதும் எந்த நிலையிலும் பாலிப்பதற்குரியதாகும். உன் உடலையும் கூட விருந்தினருக்கு அளிக்க நீ தயங்கலாகாது என்று அறிவுறுத்துகிறார்.

சோதனைக்காலமும் வருகிறது. முனிவர் வெளியே சென்றிருக்கிறார். அப்போது ஒரு விருந்தினர் ஆசிரமத்துக்கு வருகிறார். விருந்தினருக்குரிய அனைத்து மரியாதைகளையும், உபசாரங்களையும் அவள் அளிக்கிறாள். அவரோ, அவளுடைய உடல் போகத்தை வேண்டுகிறார். கணவரின் சொற்களைச் சிரமேற்றாங்கிய ஓகவதி விருந்தினரின் விருப்பத்தை நிறைவேற்றுகிறாள்.

முனிவர் ஆசிரமம் திரும்பியதும் நடந்தவற்றைச் செவியுற்று, மிகுந்த மகிழ்ச்சி கொள்கிறார். இத்தகைய விருந்தோம்பல் மேன்மையினால் சுதர்சன முனியின் புகழ் மூவுலகுக்கும் பரவியதாம்!

ஆனால், சாந்திபர்வம் 266ம் அத்தியாயத்தில் சிரகாரி என்பவரின் வரலாறு வருகிறது. சிரகாரியின் தந்தை கோதமர். ஒரு சமயம் அவர் ஏதோ பணி நிமித்தம் வெளியே சென்றிருந்தார். அப்போது இந்திரன் விருந்தினர் வடிவில் ஆசிரமத்துக்கு வருகிறான். சிரகாரியிடம், அவன் அன்னையைத் தாம் அநுபவிக்க விரும்புவதாகத் தெரிவிக்கிறான். விருந்தோம்பல்

பண்பாட்டின் மேன்மை கருதி, சிரகாரி அன்னையை விருந்தினருக்கு அளிக்கிறான். (இந்த இடத்தில், பெண், வெறும் சடப்பொருள் போல் கருதப்பட்டிருப்பதைப் பார்க்கிறோம்)

கோதமர் ஆசிரமம் திரும்புகிறார். இதைக் கேள்விப் பட்டதும் சினம் ஏறுகிறது. சிரகாரியை விளித்து, அன்னையை உடனே கொன்று விடும்படி பணிக்கிறார். மன அமைதி நாடி வெளியேறுகிறார். தனிமையில் சென்றமர்ந்து ஆற அமர யோசனை செய்கிறார். சிரகாரி விருந்தோம்பல் தருமத்தையன்றோ பாலித்தான்! இதில் ஒரு தவறும் இல்லையே? சினத்தினால் குருடாகி, ஒரு தாய்க் கொலை நிகழ இடமளித்து விட்டாரே?...

வருந்திய முனிவர் விரைந்து ஆசிரமம் திரும்புகிறார். சிரகாரி அன்னையைக் கொலை செய்திருக்க வில்லை. அன்னை நின்ற இடத்திலேயே நிற்க, அவனும் தாயைக் கொல்லத் துணியாமல் நிற்கிறான்.

கோதமர் மனமகிழ்ந்து அகம் குளிர்ந்து இருவரையும் வாழ்த்துகிறார். சிரகாரியின் புகழ் இதனால் ஓங்குகிறது- என்று இந்த வரலாறு கூறுகிறது. இதே மகாபாரதத்தில், வரும் ஒரு வரலாற்றுக்குறிப்பை, ராஹுல் சாங்க்ருத்யாயன் தம் “மானவசமாஜ்” நூலில் (பக்23)இல் குறிப்பிடுகிறார். திருமணம் என்று நெறிப்படாவிட்டாலும், ஓர் ஆணும் ஒரு பெண்ணும் இச்சை கொண்டு, வாழத் தலைப்படத் தொடங்கியதும், ஓரளவில் அது ஒருவன்-ஒருத்தி என்ற ஒழுங்கில் வரலாயிற்று. ஆனால் திருமணம் என்ற அழுத்தமான வரையறை இல்லை.

மகாபாரதத்தில், ‘சுவேத கேது’ என்பவரால் திருமண நெறி அழுத்தமாக்கப்பட்டதாக வரலாற்றைக் குறிக்கிறார்.

சுவேதகேதுவின் அன்னையை, ஒரு ருஷி விரும்பி உறவு கொள்ள அழைத்துச் சென்றார். இது, சுவேதகேதுவின் தந்தையின் முன்னிலையில் நடந்தது. ஆனால் தந்தைக்கு இது விரோதமாகப் படவில்லை. விரும்பியவர் கூடலுக்கு அழைத்துச் செல்லலாம் என்பது சமுதாயம் ஒப்புக் கொண்ட தர்மமாக இருந்தது.

அப்போது, சுவேதகேது, இத்தகைய நடைமுறைக்கு முடிவு கட்டுவதாக உறுதி பூண்டார். பின்னர், அவர் ருஷி என்ற நிலைக்கு ஏற்றம் கண்டு, புதிய முறையான ‘திருமணம்’ என்ற நடை முறையைக் கொண்டு வந்தார் என்பதேயாம்.

3. தாய்மையின் வீழ்ச்சி

மனித சமுதாயத்தின் மிகத் தொன்மையான இலக்கியச் சான்றாகக் கருதப்படுகிறது ருக்வேதம். இராமாயண, மகாபாரத இதிகாசங்களுக்கான பல்வேறு மூலக்கூறுகள் இந்த மாபெரும் தொகுப்பில் இருந்தே பெற்றிருக்கப் பட்டிருக்கின்றன என்றும் கொள்ளலாம்.

ஆதிமனிதர் வாழ்விலிருந்து தந்தையாதிக்கச் சமுதாயம் நிலை பெற்று வாழும் வாழ்வு வரையிலான பல அம்சங்களைப் பளிச்சென்று காணமுடிகிறது.

ஒருவகையில் இப்பாடல்களின் பல அம்சங்களும், இயற்கைச் சக்திகளின் இயக்கங்களை விளக்கும் உண்மைகள் என்று கொள்ளப்படுகிறது என்றாலும், பாடல் வரிகளில் பிரதிபலிக்கும் நேர்ப்பொருள், அக்கால சமுதாய மாந்தர் வாழ்நிலையை எடுத்துக்காட்டுவதாகவும் இருக்கிறது.

ருக்வேதம் காட்டும் முதல் ஆதாரமான பெண்கொலை, இந்திரன் விருத்திராசுரனின் அன்னை தனுவை, தன் வச்சிரா யுதத்தால் அடித்துக் கொன்ற செயலாகும்.

இந்த வரலாற்றில், தனுவாகிய அசுர அன்னை, தன் மகன் விருத்திரனைத் தன் கீழ்நிறுத்திக் கொண்டு, தாய்ப்பசு தன் கன்றைப் பாதுகாப்பதுபோல் பாதுகாத்ததாகச் சொல்லப் படுகிறது. இந்திரன், அவளைத் தாய், பெண் என்று கூடப்பாராமல் தன் வச்சிராயுதத்தால் அடித்து வீழ்த்தினான். இது பாவம் என்றே கருதப்படுகிறது.

இந்தப் பாவத்தை அவன் உலக நன்மைக்காகச் செய்தானாம். அந்த வச்சிராயுதத்தைத் தயாரிக்க, ததீசி முனி தம் முதுகெலும்பையே ஈந்தார் என்று புராணங்கள் விளக்குகின்றன.

தனு தாய்த்தலைவி, தாய்ச்சமுதாயங்கள் அசுர சமுதாயம் என்றும் தந்தை நாயகச் சமுதாயத்தினர் நாகரிகம் அடைந்தவர் என்றும் பிற்காலங்களில் கொள்ளும்படி, இதிகாச புராணங்கள் தேவர் அசுரர் என்றும், நல்லவர் தீயவர் என்றும் வரையறுக்கின்றன.

தனு வதம், தாயாண்மைச் சமுதாயம் வீழ்ச்சி பெற்றதன் அடையாளமாக, இப்படியும் பொருள் கொள்ளப்படுகிறது. இந்திரனின் வச்சிராயுத அடி, நீரைத்தடை கட்டிய (அணை) பந்தங்களை உடைக்கும் செயலாக உருவகப்படுத்தப்பட்டிருக்கிறது. பொது நன்மைக்குப் பாயக்கூடிய நீரை விடாமல் தேக்கி வைத்ததை, விடுவிப்பது ஒரு நல்ல செயல். தனு வதம் அப்படி ஒரு நல்ல செயலாம். மேகங்களின் சூல் கொண்ட நீரை விடுவிக்கும் இடி - மின்னலாக, இந்திரனின் வச்சிராயுதம் கருதப்பட்டிருக்கிறது.

உழவுக்கும் பயிர்த்தொழிலுக்கும் இன்றியமையாத நீர், தாயாண்மைக் குழுக்களால் (விரோதிகளால்) தடுக்கப் பெறுவதும், அவை தகர்க்கப்படுவதும், ஆநிரைகள் ஒளித்து வைக்கப் பெறுவதும், கவர்ந்து செல்லப்படுதலும் தொன்மைச் சமுதாயக் குழுக்களிடையே போரைத் தோற்று வித்திருக்கிறதென்பதில் ஐயமில்லை.

ருக்வேதம் (முதல் மண்டலம் 17-2) காட்டும் தனு விருத்திராசுரனின் அன்னை பற்றிய குறிப்பு, அவளைத் தாயாண்மைச் சமுதாயத்தலைவி என்பதைத் தெளிவாக்குகிறது. அப்போது பெண் படைகள் இருந்தன வென்றும் தெரிய வருகிறது.

ஆனால், பின்னர் இதே ருக்வேதத்தில், தனுவைக் கச்யபரின் மனைவியாகக் காட்டுகிறது. இவள் தானவர்களின் தாய் - தானவர் அசுரர்கள் என்றும் சுட்டுகிறது. கச்யபரின் இன்னொரு மனைவியாக அதிதி என்ற தாயும் குறிப்பிடப்படுகிறாள். இந்த அதிதியின் மைந்தர்கள் தேவர்களாகிய ஆதித்யர்கள் என்றும் சொல்லப்படுகிறது.

இந்தக் குறிப்புக்கள் எல்லாமே, தாயாண் சமுதாயம் தந்தையாதிக்க மாற்றத்துக்கு உட்பட்டதைச் சுட்டுவதாகவே தோன்றுகின்றன. பல இடங்களில் அதிதி என்ற தாய் பற்றிய குறிப்புக்கள் காணப்படுகின்றன. இவருடைய மைந்தர்களுடன், இவள் எல்லையற்ற வண்மை, செல்வங்கள் அன்பு எல்லாவற்றையும் பொழிபவளாகத் துதிக்கப்படுகிறாள். அவற்றில் இவளுடைய கணவர் என்ற தந்தை நாயகக் குறிப்பு இல்லை.

ஒடுக்குவதற்கு இடமில்லாமலே தம்மினத்தாய்ப் பிரதிநிதியாகி விட்ட அதிதியும் எழும்பி நின்று போராடிய தாயாண்மைத் தலைமை ஒடுக்கப்பட்ட வரலாற்றுக்குரியவளாகத் தனுவும் இந்தப் பாடல்களில் இடம் பெற்றுத் திகழ்கின்றனர்.

அசுர இனத்தார் தீயவர், தீமைகளுக்கே உருவகமானவர் என்று சித்திகரிக்கப்பெற்று, காலம் காலமாக நிலை நிறுத்தப் பட்டு வந்திருக்கிறது.

இந்திய சமுதாயக் கலாசார வரலாறு, எத்தனையோ முரண்பாடுகளைச் சீரணம் செய்திருக்கிறது. ஆனால் பரசுராமன் செய்த தாய்க்கொலை இந்திய மண்ணில், இன்றளவும் சீரணம் செய்யப்பட்டிருக்கவில்லை.

புராணங்கள் வாயிலாகவும், நாடோடிக்கதைகள், இலக்கியங்கள் வாயிலாகவும், தொன்னாடெங்கும் குடி கொண்டுள்ள கிராம தேவதைகளின் வாயிலாகவும் நிலை நிறுத்தப்பட்ட பரசுராமர்-ஜமதக்கினி-ரேணுகா வரலாறு, இந்தியப் பெண் தொடர்பான சமூக வரலாற்றில் ஒரு முக்கியமான திருப்புமுனையாக நிலை பெறுகிறது.

தாயாண்குடி மரபில் வந்த ரேணுகை, தந்தை நாயக முனிவரின் மனைவியாகிறாள்.

பெண் தன் கருப்பை உடைமையினால் தாய்த்தன்மை இயல்பினால், ஒரு சமுதாயத்தின் இன்றியமையாத மூல காரணியாகிறாள். அவளுடைய பரிபூரண சுதந்தரம் இந்த இயல்பைத் தன் ஆளுகைக்குள் வைத்திருப்பதனாலேயே உறுதியாகிறது. ஆனால், தந்தைநாயக மரபு, இந்தச் சுதந்தரத்தை அவளுக்கு வழங்க இடம் கொடுக்கவில்லை.

நில உடைமையின் அடித்தளத்தில் இந்த மரபு, அழுத்தம் பெறப் பெற, பெண்ணின் மீது அவர்கள் செலுத்திய ஆதிக்கமும் இறுகலாயிற்று. இராமாயணம் கொண்டுவரும் கற்புநெறி. அறங்கேற்றமாகுமுன், அதற்குரிய அரங்கு ஒழுங்கு செய்யப்படுகிறது. பரசுராமர், ஜமதக்னி, ரேணுகை வரலாறு அத்தகைய முன்கட்ட உச்ச நிகழ்வாகிறது.

'மாத்ரு ஹத்தி' அல்லது தாய்க்கொலை, பெண்ணைத் தாயாகப் போற்றவேண்டும் என்ற இந்தியக் கலாசார, மரபுக்கு முள்ளான முரண்பாடாக இருக்கிறது. இந்தக் கலாசார மரபில் இத்தகைய தாய்க்கொலைக்கு ஒத்த முள் போன்ற முரண்பாடாகக் கூறத்தகுந்த நிகழ்வு எதையும் குறிப்பிடமுடியாமல் இருக்கிறது.

எனவேதான், இன்றளவும் தாய்வழிபாடாக, ஒடுக்கப்பட்ட சமுதாயம் தலைதூக்கி நிற்கும் ஆங்காரப்பழிதீர்க்கும் வழிபாடாக இந்தத் தாய்க்கொலை நிகழ்ச்சி உயிர்பெற்றுக் கொண்டிருக்கிறது.

ஆந்திரத்தின் மாதங்கி வழிபாடு, கர்நாடகத்தின் எல்லம்ம வழிபாடு, தமிழ்நாட்டின் ரேணுகாதேவி, எல்லையம்மன் போன்ற பல்வேறு தேவதை வழிபாடுகள் எல்லாமே, இந்தத் தந்தையாதிக்கக் கொடூரக்கொலைகளின் மிச்ச சொச்சங்களின் வடிவு பெற்றவை எனலாம்.

வடகன்னடப் பிரதேசத்தில், சௌதத்திக் குன்றில் குடி கொண்டுள்ள எல்லம்மன் கோயில், பரசுராமன் செய்த தாய்க்கொலையை ஆதாரமாகக்கொண்ட தெய்வத்துக்குரியதாக இன்றளவும் புகழ்பெற்றிருக்கிறது. இத்தகைய புராண, நாடோடிக்கதை வரலாறுகள் மனித சமுதாயத்தை ஒரு காலத்தில் உலுக்கிய நிகழ்ச்சிகளிலேயே நிலை பெறுகிறது என்றால் தவறில்லை.

எல்லம்மனின் ஆதிப்பெயர் ரேணுகை. இவள் மாதங்கினி என்றும் வழங்கப்பெறுகிறாள், (மாதங்கினி-மாதாவின் அங்கங்களைப் பெற்றவள்)

ரேணுகை, தென்னகத்து, தாயாண் குழுவைச் சேர்ந்த மங்கை. இவளை வடக்கிலிருந்து, தந்தை நாயக மரபில் வந்த ஜமதக்கினிமுனிவர் உரிமையாக்கிக் கொள்கிறார்.

ஒருநாள் ஜமதக்கினி முனிவர் வெளியே சென்றிருந்தார். அப்போது கார்த்த வீரியார்ச்சுனன் இவர்கள் குடிலுக்கு விருந்தினனாக வந்தான். தங்கிச் சென்றான்.

(காலையில் முனிவரின் வழிபாட்டுக்கு ஆற்றுமணலில் லிங்கம் பிடித்துவைக்க ரேணுகை முனைகிறாள்) வரவில்லை. உள்ளத்தில், கற்பு மீறிய களங்கம் இருந்ததால் வரவில்லை

என்பது உட்கருத்து. லிங்க வழிபாடே தந்தையாண் மரபு, தாயாண் மரபை மிதித்து மேலேறும் ஒரு செயலின் பிரதி பலிப்பு என்று கொள்ளலாமோ? முனிவர் உண்மையறிகிறார். சினம் கொழுந்துவிட்டெரிகிறது. மாற்றானை அவள் அனுமதியின்றி இருப்பிடத்தில் தங்கவைக்க-லாமா? அவரே அநுமதித்து மனைவியை விருந்தினருக்கு அளிப்பது வேறு. ஆனால் விருப்-பம் என்று உரிமைக்குத் துரோகம் செய்யலாமா? எனவே அவர் தம் புதல்வர்கள் ஒவ்வொ-ருவரையும் அழைத்துத் தாயைக் கொல்ல ஆணை இடுகிறார்.

மூத்த புதல்வர்கள் ஒருவரும் இக்கொடிய செயலைச் செய்ய இணங்கவில்லை.

எல்லோரிலும் இளையவனான பரசுராமனை அழைக்கிறார். “உன் தாயைக் கொன்று-விடு! அவள் பதிதை!” என்று ஆணை இடுகிறார். ரேணுகை நடுநடுங்கி, “விருந்தோம்பும் பண்பாட்டுக்கேற்ப நான் நடந்தது தவறா?” என்று இறைஞ்சுகிறாள்.

“ஆம்! நீ பதிதை; பாவி; உயிர்வாழத் தகுதியில்லாதவள்! பரசுராமா! இவளைக் கொள்!”

பரசுராமனுக்கும் தாயைக் கொல்ல மனம் வரத்தானில்லை. ஆனால் மூத்தவர்களான தமையன்மார், தந்தையின் சாபத்துக்கல்லவோ ஆளானார்கள்!

எனவே, தந்தை சொல்லை நிறைவேற்றுவதே தலையாய கடன் என்று அவன் வாளை வீசித் தாயைக் கொல்கிறான்.

மக்கள்-தாய்-என்ற பாசப்பிணைப்பில், சுதந்தரமான அன்பில் வீழ்ந்த வெட்டு அது.

இது அப்படியே ஒடுங்கிற்றா?

இல்லை. தாய், இவளில்லாமல் உலகில்லை. மண்ணிலும், கோடானு கோடி உயிர்க் குலங்களிலும் சக்தியாய் இயங்கும் தாய்.

இவளை அடியோடு வீழ்த்திவிட முடியுமா?

முனிவரைக் குற்ற உணர்வு குத்துகிறது. இவரைப் பெற்றவளும் ஒரு தாய் தானே? இவர் வித்தைச் சுமந்து மக்களுக்குப் பிறவி கொடுத்தவள் அவள். அவளையா கொலை செய்யச் சொன்னார்?

“மகனே! உன் செயல் கண்டு மனம் நெகிழ்ந்தேன். உனக்கு என்ன வரம் வேண்டும், கேள்!” என்று உருகுகிறார்.

“எந்தையே, என் அன்னை மீண்டும் உயிர் பெற்று வரச் செய்ய வேண்டும்!” என்று கோருகிறான் மைந்தன்.

உண்மையான துயரங்கள் வரலாறாக வடிவெடுக்கும் போது, அவை துயரங்களாக முடிவு பெறுவதில்லை.

திரைப்படங்களில், தற்கொலை செய்து கொண்ட காதலர்களை மேல் உலகில் இணைவ-தாகக் காட்டி விடுகிறார்கள்.

இவ்வாறே, இந்தப் பரசுராமர் வரலாற்றிலும், கொலைக்கான பரிகாரங்கள் பல வடிவங்-களில் நிலைபெற்றிருக்கின்றன. இதிலிருந்து தாயாண் சமுதாயம் மிகக் குரூரமாகப் பெண் கொலைகளினால் ஒடுக்கப்பட்டதென்று ஊகிக்கலாம். உயிரோடு கொளுத்தியும், வெட்டியும் அழித்துவிட்டு, நடுகற்களும்-பத்தினி வழிபாடுகளும் நிகழ்த்தப் பட்டன என்றாலும் சரியா-கவே இருக்கும்.

எனவே, கதை இவ்வாறு தொடருகிறது.

முனிவர், உடனே பரசுராமரிடம், “நீ வெளியே சென்று முதலில் உன் கண்ணுக்குத் தென்பட்ட பெண் ஒருத்தியின் தலையைக் கொய்து கொண்டுவா!” என்று கட்டளை இடுகிறார்.

பரசுராமன் வெளியே வருகிறான். அவன் கண்களில் முதன்முதலில் தென்பட்டவள், ஓர் ஆதிவாசி அல்லது தாழ்ந்த குலத்தைச் சார்ந்த பெண். மையாங் இனம்; மடிக இனம் என்று சொல்லப்படுகிறது. அவளுடைய தலையைக் கொய்து வந்து முண்டமான தன் தாயின் தலையின் மீது பரசுராமன் வைத்ததும் ரேணுகை உயிர்பெற்றெழுகிறாள். தன் தாயை உயிர்த்தெழச் செய்வதற்காக, பரசுராமன் இன்னொரு பெண் கொலை செய்ததாக ஆகிறது. இது, முனிவர் ஆணையிட்ட கொலைக்குப் பிராயச்சித்தமானாலும், அந்தப் பெண்ணின் இனத்தாருக்கு, நிரபராதிகளுக்குச் செய்யப்பட்ட கொடுமையல்லவோ?

இந்தக் கருத்து, கர்நூல் மாவட்டத்து ஊர்களின் மாதங்கி வழிபாட்டில் பிரதிபலிக்கிறது. ‘மாதம்ம’ வழிபாடு என்றும் இது வழங்கப் பெறுகிறது.

தாழ்ந்த குலப் பெண்களின் பிரதிநிதியான ஒரு பெண், ‘மாதங்கி’யாக வரிக்கப் பெறுகிறாள். இவள் ‘சாமி’ வந்து ஆடுகிறாள். ஏனைய நாட்களில், இந்தத் தாழ்ந்த குலத்தினர் உயர் குலத்தோர் அருகில் வந்து நின்றாலே சுட்டெரிக்கப் படும் கொடுமைக்குள்ளாவார்கள். ஆனால், இந்த வழிபாட்டு நாட்களில், பிராம்மணர் முதலிய உயர்குலத்தார், அன்று ‘மாதம்ம’ ஆவி வந்த பெண்ணின் வாயிலிருந்து துப்பப்படும் எச்சிலுக்காக வரிசை நிற்கிறார்கள்; அவர்கள் பாடும் பழி வசைப்பாடல்களை ஆசிகளாக ஏற்கிறார்கள். உயர்குல ஆண்கள் தம் முப்புரி நூலைக் கழற்றிக் கொடுக்கிறார்கள்; பெண்கள் தம் சேலை-ரவிக்கைகளை அவிழ்த்துக் கொடுக்கிறார்கள்.

இந்த வழிபாடு, ஒரு பழிவாங்கும் வடிவாகவே பிரதிபலிக்கிறது.

இந்த வரலாறு, தமிழ்நாட்டின் சில பகுதிகளில், இப்படியும் கூறப்படுகிறது.

பரசுராமன் தன் தாயை வெட்ட வாளுடன் ஓடிவந்த போது, ரேணுகை அஞ்சி நடுநடுங்கி வெளியே ஓடுகிறாள். காடு மலை என்று ஓடும்போது எதிர்ப்படும் தாழ்ந்த குலப் பெண்ணொருத்தியைக் கட்டிக் கொள்கிறாள். அப்படிக் கட்டிக் கொள்வதன் மூலம், இன்னொரு பெண்ணுக்கு ஊறு விளைவிக்கத் துணியாத பரசுராமன் தன்னை விட்டு விடுவான் என்று அவள் கருதியிருக்கிறாள். ஆனால், பரசுராமனின் வாள் இருவரையும் தலை வேறு முண்டம் வேறு என்று துணித்துவிடுகிறது.

பரசுராமன் தந்தையிடம் தாயை உயிர்த்தெழச் செய்ய வரம் பெற்றதும், அவர் சொற்படி, தாயின் தலையை அவள் முண்டத்தில் சேர்ப்பதற்குப் பதிலாக, பதற்றத்தில், தாழ்ந்த குலப்பெண்ணின் தலையைத் தாயின் முண்டத்தில் சேர்த்து விடுகிறான். ‘மாதங்கினி’ உருவாகிறாள்.

இனியும் பரசுராமன்-மாதங்கினி வரலாறு தொடருகிறது. உயிர்த்தெழுந்த மாதங்கினி அந்த இடத்தைவிட்டு நடக்கிறாள். அவளுடைய உருவத்தைத் தெய்வம்போல் கண்ட ஏனைய தாழ்ந்த குலப்பெண்கள், “எல்லம்மா?” என்று வினவுகிறார்கள்.

“எங்கேயம்மா போகிறாய்?” என்று அவர்கள் கேட்டதன் வடிவே ‘எல்லம்மா’ என்பதாயிற்று.

“இந்த மண்ணில் எனக்கு இடமில்லை; எனது உரிமைகளை இழந்து விடச் செய்த மண்ணாகி விட்டது இது. என்னோடு வர விரும்புகிறவர்கள் வரலாம்” என்று மொழிந்த மாதங்கினியாக ரேணுகா, விடுவிடென்று நடத்து சௌதத்திக் குன்றில் இருந்து இறங்கிச் சென்று, ஒர் ஆணுக்கு உரியவளாகி அடிமைபோல் வாழும் வாழ்வை ஏற்கவில்லை. பல நாட்கள் போர், போர் என்று காலம் கழித்த இவர்கள் தங்கள் கூந்தலை வாரிக் கொள்ளவும் அழகு செய்து கொள்ளவும் மறந்து போனார்கள். அழகிய கூந்தல் பரந்து திரிந்து சடை விழுந்தது. இவர்கள் அனைவரும் ‘எல்லம்ம’ தெய்வத்துக்குத் தாசியாகத் தங்களை அர்ப்பணித்துக் கொண்டார்கள்.

அறிவு பூர்வமாகப் பார்க்கும்போது, ஒரு முண்டமும் ஒரு தலையும் என்ற மாதங்கி உயிர் பெற்றிருக்க முடியாது. ஆனால் இந்தக் கருத்துடன் ஒரு வழிபாட்டுத் தெய்வம் உருவாயிற்று. ஆண் நாயகக் குழுவுக்கு அடிபணியாத இளங் குமரிகள்-கன்னியர், ‘எல்லம்ம’ தாசிகளாகி, சௌதத்திக் குன்றில் ஒரு சமுதாயத்தையே தோற்றுவித்திருந்ததை இவ்வாறு கூறுகிறது. ஆனால்...

4. ஐவரின் தேவி

திராவிட மக்களின் வெற்றித் தெய்வமாகக் ‘கொற்றவை’ என்னும் தாய்த் தெய்வம் கொண்டாடப் பெற்றிருக்கிறாள்.

இவளை, முருகனுடைய தாய் என்று திருமுருகாற்றுப் படை-(258) (வெல் போர் கொற்றவைச் சிறுவ!) குறிக்கிறது. இவளுடைய வழிபாட்டைச் சித்திரிக்கும் நூற்பகுதிகளில் இருந்து, இவள் வழிபாடு வெறியாட்டுடன் நடைபெற்றதென்று அறிகிறோம்.

நெடுநல்வாடையில், போருக்குத் தலைவனைச் செலவு விடுத்த தலைவியின் தோழியர், தலைவன் வெற்றியுடன் மீள வேண்டும் என்று வெற்றித் தெய்வத்தை வணங்குகிறார்கள். வணக்கத்தைப் பெறும் அவ்வெற்றித் தெய்வம் கொற்றவையே. கொற்றவைக்குப் பலி கொடுத்து வாழ்த்துதலைக் கொற்றவை நிலை-(தொல்-பொருள்-26) என்று தொல்காப்பியம் குறிக்கிறது.

இதோபோல் கொற்றவை வழிபாடு, பதிற்றுப்பத்து 79ம் பாடலிலும் குறுந்தொகை 218ம் பாடலிலும் காணப்பெறுகிறது.

இந்தக் கொற்றவைத் தெய்வத்துக்கு நாயகன் குறிக்கப் பெற்றிருக்கவில்லை. எவ்வாறு, ருக்வேதம் கூறும் துவக்க கால சமுதாயத்தைப் பிரதிபலிக்கும் “அதிதி”யாம் தாய்க்கு நாயகர் வரையறுக்கப்படவில்லையோ, அவ்வாறே, இங்கு கொற்றவை தனித் தெய்வமாகவே விளங்குகிறாள்.

அதிதி, எல்லையற்ற கருணையும் அருளும், வண்மைகளும் உரிய தெய்வமாக வழிபடப் பெறுகிறாள். கொற்றவையோ, நேர்மாறாக, போரில் வெற்றி காண்பதற்காக, வெறியாட்டம், குருதிப்பலி என்ற பயங்கரங்களுடன் வழிபடப்பெறுகிறாள்.

எனவே கொற்றவை, தாய்ச் சமுதாயம் வீழ்த்தப்பட்ட காலத்தில் எழுச்சி பெற்ற மக்கள் தெய்வம் என்று கொள்ளலாம்.

தந்தை நாயகம், அதிதியைக் கச்யபரின் மனைவியாக்குகிறது. இங்கும் முருகனின் தாயாகிய கொற்றவை, சிவனின் மனைவியாக, உமா, காளி, மாதங்கி என்றெல்லாம் அறி-யப்படுகிறாள்.

சங்க இலக்கியத்தில், 'மாதங்கி' என்ற மரபினர் பற்றிய குறிப்பு வருகிறது.

விறலியர் எனப்படும் மக்கள், இசை, கூத்து ஆகிய மனங்கவர் கலைகளில் சிறந்த நாடோடிகளாவர். இவர்களை பாண்மகள், மாதங்கி என்றும் வழங்கக் காண்கிறோம்.

சிலப்பதிகாரத்தில், இந்திர விழாவை விவரிக்கும் பகுதியில் காணப்படும் கண்ணுளாளர் என்பார், மாதங்கர், பாணர், கூத்தர் என்றே அடியார்க்கு நல்லார் உரையில் விவரிக்கப்படு-கிறார்.

இந்த நாடோடி மக்கள், அரசரைப் புகழ்ந்தும் வாழ்த்தியும் பல பிரதேசங்களிலும் திரிந்-தனர். இவர்கள் மக்கள் கலைஞராக விளங்கியதுமன்றி நிமித்தங்கள் கணித்துச் சொல்லும் சோதிடராகவும் விளங்கினர். ஆண் நாயகத்துக்கு கட்டுப்பட்டிராத இந்தச் சமுதாயத்தினர் (ஆண் - பெண் உட்பட) கூத்தர்-விறலியர் குழுக்களாகத் திரிந்தனர் என்றும் கொள்ளலாம்.

சௌதத்திக் குன்றில், 'எல்லம்மை'க்கே தாசிகள் என்று தங்களை விளக்கிக் கொண்ட பெண்கள், தந்தையாதிக்கச் சமுதாயத்தினரால், ஒட்டு மொத்தமாகப் பரத்தையராக ஒடுக்கப்-பட்டனர் என்பதே வரலாறு. பெண் தெய்வத்துக்குத் தாசியா?

'ஆண்களுக்கு, ஆண் தெய்வங்களுக்குத் தாசியாகுங்கள்' - என்று வீழ்த்தப்பட்டனர்.

அரசவைகளில் இன்றியமையாத பொறுப்பேற்றிருந்த பாணர்-பாண்மகள் தேவதாசியாக மறுபிறப்பெடுத்தாள்.

மேல் வருணத்தினரால் ஒடுக்கப்பட்டும் வீழ்த்தப்பட்டும் குலைக்கப்பட்ட சக்திகள், சித-றுண்ட மக்களின் சிறு தெய்வங்களாக உருப்பெற்றன. அதே மேல் வருக்கத்தினர், அச்சம் மேலிட வழிபடக்கூடிய சடங்குகளில், அச்சக்திகள் காலத்தை வென்று 'வாழ்ந்து' வரு-கின்றன.

தாயாண் மரபு ஒடுக்கப்பட்டு தந்தையாதிக்கம் மேல் நிலையாக்கமாக நாடு முழுதும் ஒப்-புக் கொள்ளப்பட்டது. கூர்ந்து நோக்கினால் இதற்கு ஒரு முக்கிய காரணம் புலப்படுகிறது.

ஆதிமரபில், மானுடம் பண்படையாத சில கூறுகள் தெரிய வருகின்றன. முக்கியமாக, நரமாமிசம் கொள்ளல், குருதிப்பலி ஆகிய வழக்கங்களைக் குறிப்பிடலாம்.

'பேய் மகளிர்' என்பவர்களைப் பற்றிய விவரங்களைச் சங்க இலக்கியங்களில் பார்க்-கும்போது, நரமாமிசம் புசிக்கும் ஒரு கூட்டத்தார் சமுதாயத்தில் வாழ்ந்திருந்ததை ஊகிக்கத் தோன்றுகிறது.

இறந்து போன போர் வீரரின் புலாலை, போர்க் களத்தில் வந்து இந்தப் பேய் மகளிர் உண்ணுகிறார்கள். இந்தக் கூட்டத்தினரைப் பெண்களாகவே குறிப்பிடுவதும், இவர்-கள் பிணங்களைத் தின்று கூத்தாடும் விவரங்களை விரிப்பதும், அச்சம், அருவருப்பு இரண்-டையும் ஊட்டுவதாக இருக்கின்றன. பேய் மகளிர் பிணக்குவியலைச் சூழ்ந்து நிற்பர்... (புற-நானூறு-359:1-8) என்று வருணிக்கப்படுகிறது.

போர்க்களத்தில் பிதுங்கிய கண்ணையுடைய கோட்டான்கள் குழறும் குரலாகிய தாள-இசைக்கு ஏற்ப, கொடிய கண்கள் உடைய பேய் மகள் ஆடுவாள் என்று பதிற்றுப் பத்து விவரிக்கிறது.

இது போன்ற விவரங்களும், கொற்றவை வழிபாட்டு வெறியாட்டங்களும் தாயாண் சமுதாயத்துக்கும் தந்தையாதிக்கச் சமுதாயத்துக்குமிடையே தோன்றிய போராட்டங்களையும் முரண்பாடுகளையும் குறிப்பவை யாகவே ஊகிக்கலாம்.

உயிர்ப்பலி-நரமாமிசம்-கொடுக்கும் வழக்கம் ருக்வேதப் பாடல்களிலும் காணப்படுகிறது.

சுனச்சேபன் அஜிகர்த்தன் என்ற ருஷியின் புதல்வன். இவனை, நரபலிக்காக, தந்தை விற்றுவிடுகிறார். ஏனைய மக்களைக் காப்பாற்ற முடியாத வறுமை, ஒரு சில பசுக்களைப் பெற்று, இரண்டாவது மகனான சுனச்சேபனை விற்றுவிடச் செய்கிறது.

இராமாயணத்திலும் ஐதரேயப் பிராம்மணத்திலும் காணப்படும் இவ்வரலாறு, அரிச்சந்திர மாமன்னனையும் இதில் தொடர்புபடுத்துகிறது.

அரிச்சந்திரன், தனக்குப் பிள்ளை இல்லை என்ற குறை தீர்க்க, வருணனை வேண்டித் தவமியற்றினான். முதல் பிள்ளையைத் தெய்வத்துக்குப் பலி கொடுப்பதாகவும் நேர்ந்து கொண்டான்.

பிள்ளை பிறந்தது; ரோஹிதன் என்று பெயரிட்டான். ஆனால் இந்தத் தலைப் பிள்ளை-யைப் பலி கொடுக்க மனம் வரவில்லை.

ரோஹிதன் பிள்ளைப் பருவம் கடந்ததும், தந்தை அவனிடம் வருத்தத்துடன், தெய்வத்-துக்கு அவன் பலியாக வேண்டியவன் என்பதை அறிவுறுத்தினான். ரோஹிதனால் இதை ஏற்க முடியவில்லை.

வறுமையினால் தவித்த அஜிகர்த்தருஷி குடும்பத்தினரைக் கண்டான். நூறு பசுக்கள் கொடுத்து, சுனச் சேபனைத் தனக்குப் பதிலாக பலி பீடத்தில் பிணிக்கப்பெற்றான்.

அப்போது விசுவாமித்திரமுனி, குருபீடத்தை அலங்கரித்தவராக இருந்தார். சுனச்சேபன் அவரைத் தொழுது, "இந்தப் பலிபீடத்தில் இருந்து எவ்வாறு விடுபடுவேன் ஐயனே!" என்று வருந்தியழுதான்.

முனிவர், அவனுக்குச் சில மந்திரங்களை உபதேசித்தார். அந்த மந்திரப் பாடல்கள் ருக்-வேதம் முதல் மண்டலத்தில் (1-6-1) காணப்படுகின்றன. அதிதியாம் பெருந்தாயின் கருணை, முதல் தேவனான அக்னி, ஸாவித்ரி என்ற சூரியன், வருணன் ஆகியோரின் பேரருள் வேண்டப்படுகிறது. பரிதாபமாகப் பலிபீடத்தில் பிணிக்கப்பட்ட சுனச்சேபனின் மன்றாட்டாக விரியும் இப்பாடல்கள், அதிதியின் மைந்தர்களை, ஆதித்தேவர்களைக் குருதி வழிபாட்டுக்-குரியவர்களல்ல என்று தெளிவிக்கிறது,

நரபலி வேள்வியைச் செய்ய வேண்டிய புரோகித விசுவாமித்திரர், அந்தப் பலிபீடத்திலி-ருந்து அவனை விடுவிக்கிறார்.

எனவே, நரபலியை எதிர்த்த புரட்சியாளராகவும் விசுவாமித்திரர் குறிப்பிடப்படுகிறார்.

இந்த விவரங்கள், மானுட சமுதாயம், தந்தை நாகரிகத்தில் மேல் நிலையாக்க நாகரிகம் கண்டதைக் குறிப்பாக்குகின்றன.

மகாபாரத இதிகாசம் காட்டும் மானுட சமுதாய மேம்பாட்டில், பல்வேறு நிலைகளில் மகளிர் சுதந்தரங்கள் கட்டுப்படுத்தப்படுவதே பிரதிபலிக்கிறது. மகாபாரதம், ஏராளமான கதை-களையும் துணைக் கதைகளையும் உள்ளடக்கிய ஒரு பெருங்கடல் எனலாம். மனித இயல்-புகளை ஒவ்வொரு கோணத்திலும் தெளிவாக்கும் இந்த இதிகாசத்தில், சத்தியவதி - பராசரர் - வியாசர்; சத்யவதி-சந்தனு, குந்தி என்னும் ப்ருதா, பாண்டவர்கள்-காந்தாரி-திருதராஷ்டி-

ரன்-துரியோதனர்கள் என்ற தலை முறை மாற்றங்களில் பெண்களின் தனித்துவமான சுதந்-தரங்கள் படிப்படியாக ஒடுக்கப்பட்டு வந்திருப்பதைக் காண்கிறோம். என்றாலும், அவர்கள் 'தாய்' என்ற முக்கியத்துவம் பெற்றிருக்கிறார்கள். அந்த மேன்மை அவர்களுக்கு அளிக்கப்-பட்டிருக்கிறது.

ஆனால் மகாபாரதப் போருக்குக் காரணியாக விளங்கும் துரௌபதை, 'தாய்' என்ற மேன்மைக்குரியவளாகவே போற்றப்படாமல் இழிந்துவிட்ட நிலையைக் காண்கிறோம்.

துரௌபதை, "அயோனிஜா" என்று குறிக்கப்படுகிறாள். ஒரு தாயின் யோனியில் உதித்-தவளல்ல என்று பொருள்படுகிறது. சீதை பூமியில் கிடைத்தாள்; இவள் யாககுண்டத்தில் கிடைத்தாள். துருபத மன்னன், தன்னை அவமானம் செய்தவரைப் பழிவாங்க, அருச்சு-னனுக்கு மாலையிட, ஒரு பெண்ணை வேண்டி வேள்வி செய்தான். அதன் பயனாக இவள் அக்கினியில் தோன்றினாள் என்று சொல்லப்படுகிறது.

இது குறித்து, மராத்திய வரலாற்றறிஞர் ராஜ்வாடே தம் 'பாரதியத் திருமண முறைகளின் வரலாறு' என்ற நூலில் இவ்வாறு கூறுகிறார்.

"யோனிஜ என்ற சொல்தாயின் கருவறையைக் குறிப்பதாகக் கொண்டாலும், பண்டைய வேத மொழியில், அது 'இல்லம்' என்ற பொருளையும் குறிக்கிறது. அதாவது, இவளுடைய தாய், இவர்களுடைய இல்லமாகிய உறைவிடத்தில் உரியவரால் கருவுறவில்லை. யாக சாலையில்-கருவுற்றாள் என்பதே பொருள்."

இந்த வகையில், காந்தாரி நூறு மைந்தர்களைப் பெற்றாள் என்பதற்கும் உரிய பொருளை இந்த நூலில் அவர் விளக்குகிறார்.

"உயிர் வித்துக்கள் நூறு கும்பங்களில் வைக்கப்பட்டன. அக்கும்பங்களில் இருந்து நூறு-புதல்வர்கள் தோன்றினார்கள் என்ற கூற்றும் அப்படியே பொருள் கொள்ள முடியாததாகும். திருதராஷ்டிரனுக்கு நூறு இல்லங்களில் நூறு பெண்கள் அவன் வித்தைச் சுமந்து பெற்றார்-கள். அந்தப் பிள்ளைகள், பட்ட மகிஷியான காந்தாரியின் மைந்தர் களானார்கள் என்பதே-யாம் அது.

பாண்டவர்கள் இன்றைய திபெத்தைத் தாயகமாகக் கொண்ட தாய்வழி மரபினர். கௌ-ரவர்களோ, காச்மீரத்தைத் தாயகமாகக் கொண்டவர்கள். முன்னவர்களிடையே பல நாயக மணம் (Poliyandry) தடை யில்லை. பின்னவரிடையே பலதாரமணம் (Polygamy) தடையில்லை. இது அணிமைக்காலம் வரை நிலவும் வழக்கம் என்றும் அவர் குறிப்பிடுகி-றார்.

குந்தி, பல நாயகர்களின் தொடர்பில் தன் மைந்தர்களைப் பெற்றெடுத்தாள். இவள் தாயாண்மைச் சுதந்தரம் பெற்றவள் என்று சொல்லி விடுவதற்கில்லை. ஆண்மையில்லாத நாயகனுக்காக, மைந்தர்களைப் பெறுகிறாள். அவர்கள் பாண்டவர்கள் என்றே அறியப்படு-கிறார்கள். ஆனால், துரியோதனனும் தம்பியரும் அவ்வாறு அறியப்படாமல், குருதேசத்தை முதன்மைப்படுத்தி 'கௌரவர்கள்' என்று குறிக்கப்படுகிறார்கள். குந்தி ஆண்நாயக மாற்றக் கூறுகளை, தாய்த் தன்மைத் தண்டனையாகச் சுமக்கிறாள்.

திரௌபதையின் பிறப்பே, நிபந்தனை நிமித்தத்துக்கு உட்பட்டதாகிறது. அருச்சுனனுக்கு அவள் மாலையிட வேண்டும் என்பதற்காக, அருச்சுனனைக் கண்டு பிடிக்க, சுயம்வரம் என்ற பெயரில், சுழலும் மச்ச யந்திரம் நிறுவப் படுகிறது

துரௌபதை, கர்ணனின் மீது ஆசைப்பட்டாள் என்றும், அவன் போட்டியில் தோல்வியுற்றதால் அருச்சுனனுக்கு மாலையிட்டாள் என்றும் சொல்லப் படுகிறது. அப்படியானாலும் அவள் அருச்சுனனுக்கு மட்டும் தானே உரியவள்?

பலநாயகர் மரபைக் குந்தி தொடரச் செய்கிறாள். எப்படி?

வெளிக்குத் தெரியாத முரண்பாடுகளில் பெற்ற மகனைச் சீராட்ட முடியாமல் தவித்த அவள், வெளிப்படையாக, "கன்னியை ஐவரும் ஏற்பீர்கள்" கூறிவிடுகிறாள்.

இந்தக் கூற்று, பெண்ணின் தாய்த் தன்மையிலேயே ஓர் அடிபோல் வீழ்கிறது. ஐவரும் உண்ணத்தக்க ஒரு கனி. ஐந்து சகோதரர்களும் அநுபவிக்க உரிமை கொண்ட பெண்.

துரௌபதையின் புத்திரர்களைப் பற்றிய குறிப்புக்கள் இந்த இதிகாசத்தில் முதன்மைப்படுத்தப்பட்டிருக்கவில்லை. அவர்கள் உபபாண்டவர்கள் என்று மட்டுமே குறிப்பிடப் படுகிறார்கள். குறிப்பான பெயர்கள் கூட இல்லை.

ஆனால், கள்ளங்கபடமற்ற திரௌபதையின் பெண்மை இந்த மாக்கதை முழுவதும் சோதனைக்குள்ளாக்கப்படும் சந்தர்ப்பங்களே வருகின்றன.

இவள் சிரித்ததால் துரியோதனன் மனதுள் மூண்ட பழி வாங்கும் வெறி கிளர்ந்தது. அதன் எதிரொலியாக இவளை நடுச்சபையில் அவமானப்படுத்தத் துணிந்தான். தேர்ப் பாகனை அழைத்து அவளைச் சபைக்கு அழைத்துவர ஏவினான்.

நாயகர் தாந்தம்மைத் தோற்றபின் என்னை
நல்குமுரிமை அவர்க்கில்லை-புலைத்
தாயத்திலே விலைப்பட்டயின்-என்ன
சாத்திரத்தா லெனைத் தோற்றிட்டார்?-அவர்
தாயத்திலே விலைப்பட்டவர்;-புவி
தாங்குந்துருபதன் கன்னி நான்-நிலை
சாயப்புலைத்தொண்டு சார்ந்திட்டால்-பின்பு
தாரமுடைமை அவர்க்குண்டோ?

அமரகவி பாரதியின் வரிகள் இவை. மூல பாரதக் கதையை ஒட்டிப் படைக்கப்பட்ட இக்காவியத்தில், துரௌபதை, தன் கணவர்களின் உரிமை பற்றிக் கேட்கும் அற்புதமான வரிகைள் இவை.

அறிவு முடக்கப்பட்ட அந்தப்புரப் பெண்ணாக, போகக் கருவியாக தம் நாயகரின் ஏனைய பல நாயகிகளின் மீதான பொறாமையிலும், அழுத்தத்திலும் வெளி உலகம் அறியாமல் ஒடுங்கிவிட்ட பெண்ணில்லை இவள்; இவள் உரிமை பேசுகிறாள்; அவையில் அமர்ந்துள்ள மாபெரும் சான்றோரிடம் தருமநீதி கேட்கிறாள். அவர்கள் மனச் சாட்சிகளை உலுக்குகிறாள்.

எல்லோராலும் கைவிடப்பட்ட பின்னரும் அபலையாக அவள் முடிந்து விடவில்லை. ஒரு பெண் உரிமையாளனில்லாத ஒருவனைத் தோழனாக நெருங்க முடியும் என்பதைக் காட்டும்படி, உற்ற நண்பனாகக் கண்ணனைக் கூவி அழைக்கிறாள். உடுக்கை இழந்தவன் கைபோல் கண்ணன் அவள் மானம் காக்கிறான்.

தமிழ்நாட்டுக் கூத்துக்களிலும், நாடகங்களிலும் துரௌபதையைத் துகிலுரியும் வரலாறு மேடையேற்றப்படுவது வழக்கமாக இருந்தது. அமரகவி பாரதி இதையே அவள் ஆங்காரியா-

கக் கூந்தலை அவிழ்த்துவிட்டு, பாவித்துச்சாதனன் செந்நீரும் பாழ்த்துரியோதனன் ஆக்கை இரத்தமும் கலந்து குழலில் பூசிக்குளிப்பேன் என்று சூளுரைக்கும் காட்சியை முதன்மைப்படுத்தி, பாஞ்சாலி சபதம் என்ற ஒப்பற்ற காவியமாக்கினார்.

இந்தத் துரௌபதை, பஞ்சகன்னியரில் ஒருத்தியாகவும், இந்ததியக் கிராம தேவதையாகவும் வழிபடப் பெறுகிறாள். பாண்டவர் துணையில்லாத, தாய்த் தேவதையாக இவள் பாமரமக்கள் வழிபடும் தெய்வமாக விளங்குகிறாள். இவள் வழிபாட்டில், மக்கள் யாரோ செய்த கொடுமைக்குத் தாங்கள் பிராயச்சித்தம் செய்து கொள்வதுபோல் உடலை வருத்திக்கொள்ளும் நேர்ச்சைகளை மேற்கொள்கிறார்கள். இந்த வழிபாட்டில் முக்கியமானது தீமிதித்தல்.

ஐவருக்கு நாயகியாக்கப்பட்டதே கொடுமை. அதற்கும் அப்பால், அவளை மானபங்கம் செய்யத் துணிந்த ஆணாதிக்கத்தை அவள் எதிர்த்துக் கேட்ட நிலையில், அந்த ஐந்து கணவர்களும் அவளைக் காப்பாற்ற இயலாத ஒரு தருமம் பாலிக்கப்பட்டது அதைவிடக் கொடுமை.

அவர்கள் விராட நாட்டில் ஒளிந்து வாழநேர்ந்தபோது துரௌபதை அரசமாளிகைப் பணியாட்டியாக ஊழியம் செய்ய வேண்டியிருந்தது. அங்கும் மகாராணியின் சோதரன் கீசகன் அத்துமீறல் அவளைச் சோதனைக்குள்ளாக்கியது. கீசகன் பீமனால் கொல்லப்பட்ட பிறகும், மன்னன் இறந்த பிறகு மன்னனுக்குப் பிரியமானதனைத்தையும், பிரியமான பெண்ணையும்கூட அவனுடன் எரிக்க வேண்டும் என்ற வழக்கத்துக்குட்பட்டு, அவளையும் அவனுடன் எரிக்க வேண்டும் என்ற தருமத்தையும் அக்காலம் முன்வைக்கத் தயங்கவில்லை. பிறகு அது நிறைவேற்றப்படவில்லை.

அநியாய ஆணாதிக்கத் தருமங்களை எதிர்த்துக் குரலெழுப்பிய சக்தி-எழுச்சித் தெய்வமாக இன்னமும் பாமர மக்களின் துரௌபதையம்மன் வாழ்ந்து கொண்டிருக்கிறாள்.

5. சீதையின் கதை

ருக்வேதம் நான்காம் மண்டலத்தில் (IV-5-12) ஸீதா என்ற தேவதை துதிக்கப்படுகிறாள். மக்கள் நிலத்தை உழுது பண்படுத்தி, தானியம் விளைவித்து உண்டு வாழும் நாகரிகம் சமுதாயத்தில் வந்துவிட்டதை இப்பாடல்கள் பிரதி பலிக்கின்றன.

இங்கே ஸீதை என்ற சொல்லுக்கு, கலப்பை என்ற பொருள் கொள்ளலாம்."மங்களமான ஸீதையே! உன்னைப் போற்றுகிறோம்! இந்திரன் ஸீதையைக் கொள்ளட்டும்! பூஷான் வழிநடத்திச் செல்லட்டும்!... உழுமுனைகள் நிலத்தில் பதிந்து கிளர்த்தட்டும்! வானம் மழை பொழியட்டும்!" என்றெல்லாம் அருள் வேண்டப்படுகிறது.

இராமாயண இதிகாசம், இந்த நாகரிக மேம்பாட்டை அடிப்படையாக்கி, சீதையை நாயகியாக்கிப் புதிய மானிட தருமங்களை நிலைநிறுத்துகின்றது. இந்தத் தருமம், நிலவுடைமைச் சமுதாயத்தின் ஆணாதிக்க நீதியாகி பெண்ணின் அடிப்படை மனித உரிமைகளைக் கட்டுப்படுத்துகின்றது.

சீதையும் நிச்சயமாக ஒரு தாயின் வயிற்றில்தான் உதித்திருக்க வேண்டும். பூமியில் கிடைத்தாள் என்றால், பூமி நஞ்சுக் கொடியும் நிணமும் குருதியுமாக மகவை பிரசவித்ததா? எனவே அறிவுக்குப் பொருந்தும் வகையில் பார்க்க வேண்டியிருக்கிறது, குந்தியைப்போல்

கன்னி கழியுமுன் கருப்பமாகி, சமுதாய நிர்ப்பந்தத்தின் காரணமாக கானகத்தில் கிடத்திவிடும் தாய் ஒருத்தியின் மகளா?

உயர் வருக்கத்து ஆண், கானகத்தில் வாழ்ந்த திருந்தா மக்களிடையே பிறந்த ஒத்தியுடன் கூடி, பிறந்த குழந்தையை அங்கேயே விட்டுவிட்டு வந்துவிடவேண்டும் என்ற நிபந்தனையின் பயனாகப் பூமிக்கு மகளானாளா?

எப்படி வேண்டுமானாலும் வைத்துக்கொள்ளலாம். உலகில் முதன்முதலில் கற்பிற்கணிகலமாகக் கருதப்பட்டவளும், நிலவுடைமைச் சமுதாயத்தின் இலட்சிய நாயகியாக விளங்கியவளும், தீச்சோதனையில் குளித்தெழுந்தவளுமான பொற்புடைச் செல்வியின் பாரம்பரியம் மொட்டையாகவே விடப்பட்டிருக்கிறது.

ரேணுகையைப் போல் தாயாண்குடிப் பாரம்பரியம் இவளுக்கும் கொடுக்கப்படவில்லை. திரௌபதையைப் போல் தந்தையின் மகளாக, சானகியாக ஆகிறாள். குந்தி கைவிட்ட கர்ணன் 'ராதேயன்' என்று வளர்ப்புத் தாயின் பெயரைக் கொண்டதுபோல் இவர்கள் தாய்ப்பெயரை ஏற்றிருக்கவில்லை. சனகனின் மகள் சானகி-மிதிலை நகர் அதிபனின் மகள் மைதிலி-விதேக நாட்டு மன்னன் மகள் வைதேகி என்ற பெயரையே பெற்றுத் திகழ்ந்தாள்.

வில் அம்பு கொண்டு வேட்டையாடி வாழ்ந்த நிலையைப் பின்தள்ளி, காடுகளை அழித்து, விளைநிலமாக்கும் வேள்விகள் செய்யப்படுகின்றன. இந்த மாற்றத்தை எதிர்ப்பவர்கள், இந்த நாகரிகத்தை ஏற்கமுடியாத அரக்கர்கள். பண்படாத மரபினர்; நரமாமிசம் கொள்ளும் மரபிலிருந்து முன்னேறாதவர்கள். இவர்கள் தாயாண் குடி மரபினர் என்றும் கொள்ளலாம்.

பெண் தன் கூடல் விருப்பத்தை ஆணிடம் கோரினால், அதை நிறைவேற்றுவது அவன் கடமையாக இருந்தது. அவளுடைய விருப்பமும் இணக்கமும் இன்றி ஆண் அவளைத் தொடமாட்டான் என்ற நிலை இராமாயணத்தில் போராட்டமாகிறது.

சூர்ப்பனகை அரக்கர் குலத்தினள். இராம லட்சுமணர்களால் அவமானம் செய்யப்படுகிறாள். ஆனால் இராவணன் சீதையைப் பலவந்தமாகச் சேரத் துணியவில்லை.

சீதையின் நிமித்தமாக, பண்டைய வேட்டையாடி வாழும் வாழ்வின் சின்னமான வில்லே இராமனால் ஒடிக்கப் பெறுகிறது. சீதைக்கு, நிலவுடைமைச் சமுதாயத்துக்கு இன்றியமையாத கற்பொழுக்கம் வலியுறுத்தப்படுகிறது.

இராமகதையின் முக்கியத்துவமே, பெண்ணுக்குக் கற்பு என்றதோர் அணிகலத்தை நெறியாக்குவதில் மையம் கொண்டிருக்கிறது. பளிங்கு போன்ற கண்ணாடித் துண்டை மெழுகுபோல் அனலில் காட்டி, வளைப்பதுபோல், பெண்ணை ஆண் நாயகச் சமுதாயத்துக்கு உகந்தவளாக்கும் நெறியாக, 'கற்பியல்' முழுமையாக்கப்படுகிறது.

இராமாயணம் பிறந்த வரலாற்றைச் சிறிது கூர்ந்து நோக்கலாம். வால்மீகி முனிவர், கங்கையில் நீராடுவதற்காக, நடந்து சென்று கொண்டு இருந்தார். அப்போது முன்னே இரு அழகிய 'க்ரௌஞ்ச' (நாரை இனம்) பறவைகள் ஆணும் பெண்ணுமாக உலகின் தலையாய இன்பத்தில் மயங்கி இருந்தன. அப்போது ஒரு வேடன் அம்பெய்து, ஆண் பட்சியைக் கொன்று விட்டான். பெண் பறவை பரிதாபத்துக்குரிய குரலில் துடிதுடித்து வீழ்ந்த காட்சியே கவி இதயத்தில் பதிந்து பாதிப்புக்குள்ளாக்கியது. இந்த மாபெரும் காவியத்தை இயற்ற, உள்ளார்ந்த கிளர்ச்சி பொங்கி வர அதுவே காரணமாயிற்று.

காதல் என்ற உன்னதமான ஆண்-பெண் தொடர்பு, வெறும் உடல்பரமானதல்ல. கூடல் தலையாய இன்பம் என்றால், பிரிதல் உலகத்துச் சோகங்களனைத்தையும் உள்ளடக்கியதாகும் என்று கூறப்படுகிறது. ஆண் பறவை வீழ்ந்ததும், பெண் வேறு துணை நாடியோ, விடுபட்ட நிலையிலோ பறந்து செல்லவில்லை.

இராமன்-சீதை பந்தம், முன் எப்போதும் சமுதாயத்தில் இருந்திருராத வகையில் ஆண்-பெண் தொடர்பாக வரையறுக்கப்படுகிறது. கற்பென்னும் நெறிக்கு இதுவே அடி நிலையாகிறது.

சீதை புதிய யுகத்து நாயகி.

இராமர், இராமருடன் சேர்ந்தவர்கள், முனிவர்கள் ஆகியோர் உயர்ந்த மனிதர்களாகவும், இராவணனுடன் சேர்ந்தவர்கள் அரக்கர்களாகவும் காட்டப்படுகிறார்கள். புராண காவியங்களில் இவர்களுக்குப் பயங்கர உருவங்கள் தீட்டப்பட்டிருக்கின்றன.

அக்காலத்தில், ஷத்திரியரும், பிராம்மணரும் மாமிசம் புசிக்காதவர்களல்ல; மதுவருந்தாதவர்களல்ல. ஏன்? வரலாற்றுத் துவக்கக் காலத்தில், அகத்திய முனிவர். 'வாதாபி' என்ற அரக்கனைப் புசித்துச் சீரணம் செய்த வரலாறும் நரமாமிசம் விலக்கல்ல என்பதையே காட்டுகிறது. சமணசமயம் தலைதூக்கிய காலத்தில்தான் துறவும், புலாலுண்ணாமையும் இந்திய சமுதாயத்தில் இசைந்தன எனலாம்.

இராமயணத்து மனிதர்கள், நரமாமிசம் புசிப்பதிலிருந்து விடுபட்ட நாகரிகம் கொண்டவர்கள் எனலாம்.

கானகத்தில் சீதையைத் தேடி வருந்திய ராமனின் நிலை பற்றி, அனுமன் அசோகவனத்துச் சீதையிடம் தெரிவிக்கும் போது,

'ந மாம்ஸம் ராகவோ புங்க்தே, நசாபி மது ஸே வதே!' என்று கூறுகிறான். இராமன் மது, மாமிசம் இரண்டையும் தவிர்த்து விட்டான் என்பதே இதற்குப் பொருள்.

ஆனால் மதுவும் மாமிசமும் அறவாழ்வுக்கு உகந்ததல்ல என்ற கோட்பாடு வந்துவிட்ட காலத்தில், இராமரை, மாமிசம் உண்பவராகவோ, மது அருந்துபவராகவோ காட்டலாகாதல்லவா?

'மாம்சம் என்றால் மாம்பழத்தின் கதுப்பு: மது என்றால் தேன்; இவ்விரண்டையும் எம்பெருமான் தவிர்க்கிறார்' என்று புராண உரையாசிரியர்கள் பொருள் கூறுவதாக, காவ்ய இராமாயணம் என்ற நூலின் ஆசிரியர் திரு.கே.எஸ். ஸ்ரீனிவாசன் விளக்குவது இங்குக் கருதத்தக்கது.

இதிகாச புராணங்கள், இலக்கியங்கள் எல்லாமே இயற்கை நியதிகளையும், மானிட இயல்புகளையும், உலக உண்மைகளையும் ஆதாரமாகக் கொண்டே உருவாயின என்பதுதான் மெய். என்றாலும் உண்மையான மனிதகுல வரலாறுதான் கற்பனைகளுக்கும் கற்பிதங்களுக்கும் உடலும் உயிரும் அளிக்கின்றன என்பதை மறுக்க முடியாது.

கைகேயி, தாயாண் சமுதாயத்திலிருந்து தயரதனால் கொண்டு வரப்பட்டவள். கைகேயி அறிவிற் சிறந்தவள். தயரதன் மேற் கொண்ட சம்பராசுரன் போரில், முன் நின்று தேரோட்டி அவனை வெற்றி பெறச் செய்கிறாள். தயரதனின் உளம் கவர்ந்த நாயகியாகிறாள். எனவே, தன் மகனுக்குத் தான் பட்டம் என்ற உரிமையை வைத்திருக்கிறாள். இது தசரதனுக்கும் உறுத்துகிறது. எனவே தான் கைகேயியின் மைந்தனைத் தாய் மாமன் வீட்டுக்கு அனுப்பி

விட்டு உடனே மனைவியரைக் கூடக் கலந்தாலோசிக்காமல் இராமனுக்கு இராச்சியாபிடேகம் செய்ய முனைகிறான் தசரதன்.

கைகேயி, தன் உரிமையைக் கோரும் போது, தசரதன் பரிதாபத்துக்குரிய நியாயவானாகவும் கைகேயி மிகக் கொடியவளாகவும் உருவகப்படுத்தப்படுகின்றனர். உண்மையில் இது 'மாத்ரு வாக்கிய பரிபாலன'மாகவே இருந்தாலும் இராமன் 'பித்ரு வாக்கிய பரிபாலனம்' செய்யவே காட்டுக்குச் செல்வதாகப் பிரகடனப்படுத்தப்படுகிறது.

பதினாறு வயது நிரம்பப் பெறாத ராமனுக்கு, சின்னஞ் சிறுமியான விளையாட்டுப் பருவச் சீதை மனவாட்டியாகிறாள். வில் அதற்கு ஒரு சாக்காகிறது.

இந்தப் பெண்ணுக்கு, தந்தையாதிக்கத்தின் விளைவான பெற்றவர் பாசம், பழகிய இடத்திலிருந்து பெயர்த்தெடுத்தல் என்ற துன்பம் இயற்கையானதாக இல்லை. கணவன் கிடைத்த பிறகு, 'அவனே சகலமும்' என்று ஐக்கியமாகி விடுகிறாள்.

இராமன் கானகம் புகும் நிலை வந்ததும், கானகக் கொடுமைகளை அவளிடம் பலவாறாக எடுத்துச் சொன்ன போதிலும், அவள் அவனுடன் செல்வதைத் தடுத்து நிறுத்த முடியவில்லை. கணவனே தனக்கு இனி எல்லாம் என்ற நெறி அவ்வளவுக்கு அவளுள் ஊறிவிட்டது.

'என்னை உடனழைத்துச் செல்லத் துணிவில்லாமல் நீர் மட்டும் வனத்துக்கு ஏகினால், தந்தை ஜனகர் என்ன நினைப்பார்?' என்று கேட்கிறாள். 'மனைவியைப் பிறரிடம் ஒப்படைந்து விட்டுச் செல்லும் கூத்தாடியைப் போன்றவனென்று மருமகனை நினைத்து விடமாட்டாரா?' என்று அவளே சொல்கிறாள். இராமர் இருக்குமிடம் கானகமானாலும், அதுவே அயோத்தியாம் அவளுக்கு...

இந்த வசனம், இன்றும் உயிருடன் தெய்வீக வசனமாக வாழ்கிறது. இந்தக் கற்புநெறி உபதேசம் இன்னமும் அழுத்தமாக, கானகத்தில் அத்ரி முனிவரின் மனைவி அநுசுயையினால் வயதில் இளைய சீதைக்கு அறிவுறுத்தப்படுகிறது. கற்பரசிகளின் புராணங்களில் நிலையாக வாழும் முனிபத்தினி அநுசுயை மும்மூர்த்திகளைக் குழந்தைகளாக்கியவள் வானத்துச் சூரியனுக்கும் ஆணையிடும் ஆற்றல் படைத்த மாதரசி அவள். இளையவளான சீதையை, 'கானகம் வந்து விட்டாய், தர்மத்தை உணர்ந்து விட்டாய். எப்போதும், அந்தக் கணவரைக் கை விடாமல் இரு!' என்று வாழ்த்துகிறாளாம். அப்போது சீதை, மிகுந்த உற்சாகத்துடன் தன் திருமண வரலாற்றை அந்த மூதாட்டியிடம் சொல்கிறாளாம். முக்கியமான செய்தி யாது?

உழுநிலத்தில் அவளைக் கண்டெடுத்த சனகர், மகளாக வளர்த்தார். அரசிளாங் குமரியாகவே வளர்க்கப்பட்டாலும், ஒரு தாயின் வயிற்றில் பிறந்த விவரங்கள் தெரியாமல் இருக்கையில், அவளுக்குத் தக்கதொரு கணவரை எப்படித் தேடித் தேர்ந்தெடுப்பார்?

பின்னரே வில்லை வளைத்து நாணேற்றுபவருக்கு அவள் மாலையிடுவாள் என்று முடிவு செய்தார்...

'தாய் தகப்பன் தெரியாத பெண்ணை எவன் கட்டுவான்?'...இந்த நியதி இன்றும் நிலைத்திருக்கிறது.

பதினான்காண்டுகள் காடுகளில் அலைந்து திரிந்த வாழ்க்கை, ஒரு சகாப்தத்துக்கும் அடுத்த சகாப்தத்துக்குமான இடைநிலையை விள்ளுகிறது எனலாம். இராமன் மானின் பின்

சென்ற போது, காவலிலிருந்த இலக்குவனைச் சீதை சந்தேகிக்கிறாள். இராமனின் அபயக் குரல் கேட்டும் அகலாத அவன் உள்ளக் கிடக்கையின் மீது ஐயங் கொண்டு பழிச் சொல்லை வீசுகிறாள்.

இது, தமையன் மனைவியின் மீது உரிமை கொண்டாடும் ஒரு சமூக நிலையைக் குறிக்கிறதென்று ராகுல் ஸாங்க்ருத்யாயன் தம், மானவ சமாஜ் நூலில் தெளிவாக்குகிறார்.

இத்தகைய சீதை, இராவணனின் எல்லைக்குள் அசோக வனத்தில் சிறை இருக்கும் நாட்களில், இராமன் வருவான், தன்னை மீட்டுச் செல்வான் என்று உயிரை வைத்துக் கொண்டு காத்திருக்கிறாள்.

அவளைச் சுற்றிய அரக்கியர்...

'எங்கள் அரசனுக்கு உகந்தவளாகி விடு... இல்லையேல் உன்னைப் புசித்து விடுவது எங்களுக்குப் பெரிதல்ல' என்ற அச்சுறுத்தலில் அவர்கள் தன்மை கொடூரமாக்கப்படுகிறது. இராவணன் அவளைப் பலவந்தம் செய்யாமலே அச்சுறுத்திப் பணிய வைக்க முயலுகிறான். மெல்லியளான சீதை, ஒரு துரும்பைக் கிள்ளிப் போட்டு, அதற்குச் சமமாக அவனை மதித்துப் பேசுவதாக விவரிக்கப்படுகிறது.

இது சோக சிகரம்தான்.

இத்தகைய நாயகியை இராமன் சந்தேகப்பட்டானே?

அப்போதைய சீதையின் மனோ நிலையாது? அது சோக சிகரமில்லையா? அக்கினியில் புகுந்து தன் தூய்மையை நிரூபித்த பின்னரும், குடிமக்கள் சந்தேகப்படுகிறார்கள் என்று, பூரண கருப்பிணியான மனைவியைக் கானகத்துக்கு அனுப்பித் தன் அரச குல நியாயத்தை நிலை நாட்டிக் கொள்கிறானே, அது சோகத்தின் நெடு முடியல்லவோ?

இன்னும், அவன் உருவாகவே இரண்டு பிள்ளைகளைப் பார்த்துக் கேட்டு உணர்ந்த பின்னரும், முனிவர், அவர்கள் சீதையின் புதல்வர்கள், அவள் உத்தமி என்று நற்சான்று அளித்த பின்னரும், அந்த ஆண் ஆதிக்கம் கனிந்து கொடுக்கவில்லை...

அவள் எப்படி இன்னும் தன் உள்ளத்தை நிரூபிப்பாள்?

பூமி பிளந்தது; அவள் தாயின் மடியில் ஐக்கியமானாள்.

ஆணாதிக்கம் பெண்ணுக்குப் பூட்டிய விலக்க முடியாத தளையாக இன்றும் இந்த நெறி இறுக்கிக் கொண்டிருக்கிறது.

சொந்த மண்ணிலிருந்து பெயர்த்து எடுத்து வந்து அறிவு வெளிச்சமும் சுதந்தரக் காற்றும் புகாத சூனியத்தால் அவள் உழைப்பையும் பிள்ளை பெறும் புனித ஆற்றலையும் கொச்சைப்படுத்தி ஆளும் ஆணாதிக்க வரலாறுதான் இந்தியப் பெண்ணின் சமூக வரலாறு. இராமாயணத்தில் பூரணமான கற்புநெறி, புளுகுப் புராணங்களில், எத்தனை நூற்றாண்டுகள் தேய்ந்த போதிலும், புதிய வடிவங்களில் அவளை மட்டும் பிணிக்கும் நெறியாக வலிமை பெற்றிருக்கிறது. தாயாகி நின்ற பெண், வெறும் உடைமைப் பொருளாக, களங்கத்தைக் குத்தி வீசியெறியப்படும் நிலைக்கு இழிந்து போனாள்.

இந்த இரண்டாம் நிலை நிராகரிப்பு, கருப்பிணியாகச் சீதை நடுக்காட்டில் விடப்படும் கொடுமை, அரசு, ஏகாதி பத்தியம் என்ற விரிந்த நிலையில் குன்றேறி நின்ற தந்தை நாயகத்தின் உச்சகட்டத்தைப் பிரதிபலிக்கிறது.

இந்த நிராகரிப்பு, எந்த வருக்கத்தினராலும் நியாயப் படுத்தப்பட்டிருக்கவில்லை.

இராம கதை உண்மையில் வரலாற்று நிகழ்ச்சியா, கற்பனையா என்று அறுதியிட்டுச் சொல்ல முடியாவிட்டாலும், நடைபெற்ற சில கூறுகள் இதற்கு ஆதாரங்களாக உதவியிருக்கலாம்.

இந்த மூல இராமாயணக் கதையைப் பின்பற்றி, பல மொழிகளில், பல பிரதேசங்களில் காலந்தோறும் இராம கதைகள் புனையப் பெற்றிருக்கின்றன.

பல நூற்றாண்டுகளுக்குப் பின்னர், கம்பர் தமிழில் இக்கதையைத் தென் தமிழ்நாட்டுக்கே உரித்தாக்கியுள்ளார்.

சீதை இங்கு அறியாச் சிறுமியல்லள், மங்கைப் பருவமடைந்து அவன் வடிவிலே தன்னைப் பறிகொடுக்கும் நிலையிலிருக்கிறாள். பெண்ணின் சமுதாய நிலை, இவ்வாறு பல பாத்திரங்களில் பிரதிபலிக்கக் காணலாம். குறிப்பாக, அகலிகை வரலாற்றை எடுத்துக் காட்டாகப் பார்க்கலாம். மூலக்கதையில், இராமலட்சுமணர்களை, கோசிக முனிவர் வேள்வி முடித்து மிதிலைக்கு அழைத்துச் செல்லும் வழியில் அகலிகை வரலாறு கூறப்படுகிறது.

வழியில் கோதமர் ஆசிரமம் இருக்கிறது. அங்கு பிறர் கண்களில் படாமல் தூய தவ வாழ்வு வாழ்ந்து, முன்பு செய்த தவறுக்குப் பரிகாரம் தேடும் அகலிகையைப் பற்றி அவர்களுக்கு முனிவர் கூறுகிறார். அப்போது குடிலிலிருந்து அகலிகை வெளிப்பட்டு, இராமனையும் முனிவரையும் வணங்குகிறாள். அவளுடைய மேனி, கடும் விரதங்களினால் மெலிந்து சுருங்கி, ‘அந்தப் பேரழகி அகலிகையா, இவள்?’ என்று சொல்லும்படி மாறி இருக்கிறது.

இவர்களைக் கண்டதனால், பாவமாகிய மாசுகள் நீங்க, அவள் கண்ணிர் மல்கத் துதிக்கையில், அவளைக் கைவிட்டிருந்த கணவர் கோதம முனி அங்கே வருகிறார். இருவரும் தம்பதியாகத் திரும்பினர் என்பது மூலக்கதை. பின்னர், பத்மபுராணத்தில், அகலிகை தவறிழைத்ததினால் கல்லாகும்படி கணவராகிய கோதம முனியினால் சபிக்கப் பெறுகிறாள். ஆண்டாண்டுக்காலம் கல்லாகிக் கிடந்த அவள், இராமனின் பாததுளி பட்டதும் மீண்டும் பெண்ணாகிறாள் என்று மாற்றப்படுகிறது.

இதை ஒட்டியே, கம்பரும் தையலைக் கல்லாக்கி விடுகிறார். இந்தக் ‘கல்’ மகத்துவம், இராமனின் கால் மகத்துவமாகி எத்தனை எத்தனை கற்பனைகளுக்கும் விளக்கங்களுக்கும் இடம் கொடுத்திருக்கின்றன? இன்றும் திருமண வைபவங்களில் அம்மி மிதிக்கும் சடங்கில், ‘பெண்ணே! நீ மனதிலும் துரோகம் இழைக்கலாகாது! அப்படிச் செய்தால், அகலிகையின் கதிதான்! நீ கல்லாவாய்!’என்று சூக்குமமாக உணர்த்தப்படுகிறது.

‘கற்பு நெறி காத்தால் இறந்தபின் வானத்து ‘அருந்ததி’ போல் தாரகையாகச் சுடர் விடுவாய்!’ என்றும் உணர்த்தப் படுகிறது. காவிய நாயகன் மீது எந்த ஒரு கரும்புள்ளியும் விழலாகாது. எனவே, கம்பர், இராமபட்டாபிஷேகத்துடன் கதையை முடித்து விட்டார்.

ஆனால், இந்த இருபதாம் நூற்றாண்டின் இறுதிக் காலத்தில், நவீன மின்னணு இயல் சாதன வடிவில் இராமாயணம் உயிர் பெற்ற நிலையில், சீதை, பூரண கருப்பிணியாக, இராமனிடம் தானே அவன் நிராகரிப்பை வேண்டி விழைந்து மன்றாடிப் பெற்றாள். இராமன் அது தாளாமல் தானே ஒடுங்கிப் போனதாகச் சித்திரிக்கப் பெற்றது.

இந்தக் காவிய நாயகனின் மீது எந்த ஓர் ஆணாதிக்கப் பழி நிழலும் விழக்கூடாது என்று, சீதை தானே வலிய வந்து காட்டுக்குப் போனதாகத் தட்டை மாற்றிப் போட்ட விந்தையை என்னவென்று சொல்ல? இது... இன்றைய ஆணாதிக்கம் காட்டும் மாயமல்லாமல்

வேறென்ன?

6. கடவுளின் மணவாட்டி

மனித சமுதாய வரலாற்றின் படி பார்த்தால், ஒருவனுக்கு ஒருத்தி என்ற நாகரிகம் பல படிகளைக் கடந்த பின்னரே வந்திருக்கிறது. இது ஒருத்திக்கு ஒருவன் என்ற ஒரே நிலையில் கற்பு வளையமாக மாறிவிட்ட நெறியில் நின்றிருக்கிறது. ஆனால், தாய்மை என்ற மேலாம் ஆற்றல், வெறும் போகத்துக்கு இழிந்தபின், அதற்காகவே ஒரு வருக்கத்தைச் சமுதாயம் நியாயப்படுத்தி வந்திருக்கிறது. கற்பு நெறி ஒரு பெண்ணின் ஆளுமையில் எவ்வாறு பதிந்து அவளை முடக்கி விடுகிறதோ, அதேபோல், ஒரு பெண் தன் உடலினால் மட்டுமே பிழைக்கும் மரபில் வந்திருப்பதாகவும், அதற்குரிய நெறிகளில் ஒழுகுவதே தருமம் என்றும் கற்பிக்கப்பட்டு வந்திருக்கிறது.

இப்படி விலைமகளிருக்கான வாழ்வின் தோற்றுவாய், அன்றைய புராணங்களில் இருந்து இன்றைய பாலியல் வன்முறை அநீதிகள் வரையிலும் ஒரேவிதமாக நியாயப் படுத்தப்பட்டிருக்கிறது.

ஒரு பெண், கற்பு நெறியிலிருந்து வழுவி விட்டால், பிறகு அவள் உடல், பொதுவான போகத்துக்கு உரியதாகிறது என்பதே நீதி.

மகாபாரதம் ஆதி பருவத்தில் வரும் ஒரு வரலாற்றைப் பார்ப்போம். தீர்க்கதமஸ் என்ற ஒரு ரிஷி-கண்ணற்றவர்- இவர் தம் மனைவியுடன் இன்பம் துய்ப்பதில் எந்த ஒரு வரன் முறையும் பாலிக்காதவராக இருந்தார். மற்ற முனிவர்களுக்கும், இது தூண்டுதலளிக்கக் கூடியதாக இருந்தது. தீர்க்கதமஸின் மனைவி வெறுப்படைந்தாள். அவரை விட்டகல முயன்றாள். அப்போது அவர் ஒரு விதி செய்தார்.

“இன்றிலிருந்து ஒரு பெண்ணுக்கு, கணவனாகிய ஒரே ஆண்தான் எல்லாமும். அவன் உயிருடன் இருந்தாலும், இல்லா விட்டாலும் அவள் மாற்றானை நாடலாகாது. இந்த விதியை அவள் மீறினால், குலத்தில் இருந்து விலக்கப் படுவாள். இவள் திருமணமாகாத கன்னியாக இருந்தாலும் கூட ஒருவனை முறையின்றிச் சேரலாகாது. அப்படி நடந்து கொண்டால், அவள் குலத்திலிருந்து விலக்கப்படுவது மட்டுமின்றி, அவளைச் சேருபவர்கள் எவரும் பணம் கொடுத்துப் பெறலாம். உடலின்பத்துக்கு விலை பெற்று என்றென்றுமாக வெட்கக் கேட்டுக்கும் அவமானத்துக்கும் உரியவளாக அவள் வாழ்வாள்”. கணவன்-மனைவி என்ற உறவில், ஆணின் ஆதிக்கத்தைப் பெண் பொறுத்துத்தானாக வேண்டும். இல்லையேல் சபிக்கப்படுவது உறுதி என்ற அவலத்தை விள்ளுகிறது இந்தப் புராண வரலாறு. பெண்களுக்கு இழைக்கப்படும் அநீதிகளை நியாயம் என்று அவர்களையே கருதச் செய்யுமளவுக்கு அவர்கள் மனங்களை மெழுகுபதத்தில் வளைத்து முடமாக்க எத்தனை புராண நீதிகள்?

மத்ஸ்ய புராணம் கூறும் வரலாறு இது.

ஒருமுறை பிரும்மா சிவனிடம் விலைமகளிருக்கான ஏதேனும் காரணமும் நெறிகளும் உள்ளனவா என்று வினவினாராம். சிவன் கூறிய வரலாறு கண்ணனையும் அவனைச் சேர்ந்த பல்லாயிரக்கணக்கான கோபிகைகளையும் மையமாக்கியது. ஒருமுறை, வசந்த காலத்தில், குயில்கள் கூவும் மாந்தோப்பில், தாமரைக் குளத்தருகே கண்ணன் தன் மனை-

வியருடன் மதுவுண்டு ஆடிப்பாடி மகிழ்ந்திருந்தான். அப்போது, அந்தப்பக்கம் 'சம்பா' என்ற வலிய தோற்றமுடைய காட்டான் சென்று கொண்டிருந்தான். மனைவியரின் கவனம் அவன் மீது சென்றது.

கண்ணன் அது கண்டு வெகுண்டு, 'நீங்கள் கொள்ளையரால் கற்பழிக்கப்படுவீர்கள்! பிறகு அடிமைகளாக உழல்வீர்கள்!' என்று சபித்தான்.

மனம் வருந்திய அவர்கள், 'கண்ணா! தவறு செய்து விட்டோம்! எங்களுக்கு விமோசனம் உண்டா' என்று இறைஞ்சினார்கள். 'தல்ப்ய ருஷியிடம் போய்க் கேளுங்கள்!' என்றானாம் கண்ணன். கதைக்குள் கதையாக, அவர் இன்னொரு கதையை விடையாகக் கூறினாராம்.

மானஸா ஏரியில் ஸுதாஸனின் பெண்கள் ஆடிப்பாடி மகிழ்ந்து கொண்டிருந்தனராம். தற்செயலாக அங்கு நாரதர் வந்தாராம். பெண்கள் அவரை மரியாதையுடன் வணங்காமலே. 'நாராயணனைக் கணவனாக அடைய நாங்கள் என்ன செய்ய வேண்டும்?' என்று கேட்டார்களாம். நாரதர் மனதில் கோபம் கொண்டாலும் வெளியில் காட்டிக் கொள்ளாமல், 'இளவேனில் மாதங்களின் பிற்பகுதியில் உயர் வருணத்தோனுக்குப் பொற்கட்டில் தானம் செய்தால் நாராயணன் கணவனாக வாய்ப்பான்' என்று கூறினாராம். ஆனால் உள்ளூற 'விலைமகளிராவீர்' என்று சபித்தாராம்.

இந்த இரண்டு வரலாறுகளும் ஒரே கருத்தை அடிப்படை யாக்குகின்றன.

கணவன் என்று உரிமை கொண்டவனுக்கு அவள் ஒரு கருவி;பொம்மை. அவன் எப்படி வேண்டுமானாலும் இருக்கலாம். ஆனால் இவளுக்கு உயிரும் உணர்வுகளும் தனியாக இருக்கலாகாது. மீறிவிட்டால், அதிகபட்சமான தண்டனை, அவள் உடலே பொதுச் சொத்தாவது தான்.

இப்படிச் சபிக்கப்பட்ட ஒரு குலம் இந்திய மரபில், ஆணாதிக்க சமுதாயத்தில் நியாயப்படுத்தப்பட்டு மீள முடியாத தளைகளுக்குட்படுத்தப்பட்டது. ஆணாதிக்கத்துடன் போர் தொடுத்த தாய்ச் சமுதாயத்தினர், தாசிகளாக்கப்பட்டனர். பண்டைய தமிழ்ச் சமுதாயம் கண்டிருந்த விறலியர், பாணர் மரபினர் இப்படி ஒரு நாகரிகத்துக்குள் நெறிப்படுத்தப்பட்டனர்.

தெய்வீகத்தைத் தொடர்பாக்கி, இந்த வாணிபம் வளர, ஆடல், பாடல், தத்துவ விளக்கங்கள் என்று அரிய கலைகள் மேல் வருணத்தாரால் வளர்க்கப்பட்டன. சபிக்கப்பட்ட குலம் தன்னைத்தான் தோற்றிக்கொள்ள இணைக்கப்பட்ட பட்டுக் குஞ்சலங்கள் பல.

இவள் நித்ய சுமங்கலி. இவள் இருப்பிடமே மங்களமானது. இறைவனுக்கு ஆடிப்பாடி, மங்கள ஆரத்தி எடுத்து ஊழியம் செய்வது போல், இவளை ஆதரிக்கும் பெருங்குடி மக்களுக்கும் இவள் இதே ஊழியங்களைச் செய்ய வேண்டும். ஏனெனில், 'கல்லாகிய தெய்வம் இவளுக்குப் பொன்னும் பொருளும் தருமா? அப்படி இவளை ஆதரிப்பவர்கள் இவளுக்குத் தெய்வம் போன்றவர். அவர்கள் இல்லங்களில் இவள் எல்லா மங்கள நிகழ்ச்சிகளுக்கும் 'நித்ய சுமங்கலி'யாக இருந்து வாழ்த்து வசனங்களைச் சொல்வாள். தன் உடல் பொதுச் சொத்து என்பதை விளம்பரப்படுத்தும் வகையில் அவர்கள் அந்த ஆண்கள் தங்கள் பொருள் ஆடம்பர அதிகாரங்களை அவள் மீது செலுத்தத் தலை வணங்கி உடன் படுவாள்.

இதுவே தாசியின் தருமமாக இருந்தது.

இவளுடைய 'பொதுமகள்' மரபு, உடைக்க முடியாத தெய்வீக ஆணை பெற்றது என்று பல நூற்றாண்டுக்காலம் காப்பாற்றப்பட்டு வந்திருக்கிறது. அமரகவி பாரதியின் காலத்தில்

வாழ்ந்த எட்டயபுரம் அரண்மனைத் தேவதாசி, வள்ளிக் கண்ணம்மாளின் மகள் கூறினாள்-

முப்பத்தைந்து வயசுக்குப் பிறகு, பாரதி சொன்னார்களென்று, என் அம்மா ஈசுவரனுக்கு வரித்துக் கட்டிக் கொண்ட பொட்டுத் தாலியை அவிழ்ந்து விட்டுக் கல்யாணம் செய்து கொண்டார்...

'ஆனால் கடைசியில் சந்ததி வறுமையினால் கஷ்டப்படுவதைப் பார்த்துச் சங்கடப்பட்டார். நூறு வருசம் இதைப் பார்க்கவா வாழுகிறேன்-ஈசுவரனுக்குக் கட்டிக் கொண்ட தாலியை எடுத்துவிட்டு மனிதனுக்கு மனைவியானது பாவமோ' என்று சங்கடப்பட்டார்.

தேவதாசிமுறை என்பது, கற்பியலைப்போல் பெண்களின் ஆளுமையில், 'உன் உடலை ஒருவருக்கு உரிமையாக்குவதைவிட இது உயர்ந்தது; 'இறைவனுக்கே நாயகி; இறை பணியே உன் பெருமை' என்றெல்லாம் பதிக்கிறது. இறைவனுக்கு நாயகி நான். கடவுளைத் தொட்டுப் பூசை செய்யும் நீயும் என்னைப்போல் ஒருவன். நீயே கடவுளாக முடியுமா?' என்று எந்த ஒரு தேவதாசிப் பெண்ணும் இரவில் அதே மலர்மாலையுடன் மஞ்சத்துக்கு வரும் பூசாரிப் பிராம்மணனையும் ஒதுக்கியதாக வரலாறே இல்லை. அவன்தான் முதல் உரிமைக்காரன். உயர்வருணம் குருசுவாமி 'ஓ, இவன் உறவு கடவுள் உறவே போன்றது; கடவுளின் பிரதிநிதி' என்று தேவதாசியானவள் உருவேற்றப் பட்டிருக்கிறாள்.

உயர் வருணம். அடுத்து, பொருளும் அதிகாரமுமாக ஆளும் வருக்கம். மன்னர்களுக்கு அவள் உரிமைப் பொருள் ஏனெனில் மன்னரின் ஆதரவில்தான் அவள் வாழ முடியும். பொருள்... அது ஒன்றே குறிக்கோள். ஓர் ஆடவனை மகிழ்விக்கக் கூடிய கலைகள் அனைத்தும் அவள் கற்றுக் கொள்ள வேண்டும். ஆடிப்பாடி அவன் மகிழ அனைத்து உபசாரங்களையும் செய்வாள். அதற்குகந்த அணிமணிகள், ஆடைகள் அனைத்தும் தொழிலுக்கு இன்றியமையாதவை. வாழ்வுக்கு உடலை முதலாக்கி, ஒரு வாணிபம் செய்யும் கட்டாயத்துக்குப் பெண்ணைத் தள்ளிவிட்ட ஓர் ஒழுங்கு தான் தேவதாசி முறை. ஆடற், பாடற் கலைகள், மேலாம் ஆன்மீக விடுதலையைக் குறிப்பாக்குவதாகும் என்றும் நாட்டிய சாத்திரத்தின் உள்ளார்ந்த தத்துவமும் அதுதான் என்று பக்கம் பக்கமாக விளக்கங்கள் கொடுக்கப் படுகின்றன. ஆனால், பெண்ணுடன் தொடர்பு படுத்தப்பட்ட இக்கலைகள், அந்த வகையில் தான் விளக்கப்படுகின்றனவா? நம் புராணக் கதைகள்-இந்திரனின் ஆதிக்கத்தில் இருந்த அரம்பை-ஊர்வசி-மேனகை ஆகியோர் ஆன்மீக விடுதலையைக் குறிப்பாக்கித் தம் கலையை மேன்மைப்படுத்திய விவரங்கள் இருக்கின்றனவா? அவர்கள் தவமுனிவர்களின் தவங்களைக் கலைக்கத்தானே பயன் படுத்தப்பட்டனர்?

ருக்வேதம்-முதல் மண்டலத்தில் (1-20-6) காணப்படும் பாடல் இந்திரன், வருணன் முதலிய தேவர்களைப் புகழ்ந்து பாடும் பாடல்களை யாத்தவர், தேவதாசியின் மகன் பருச்சேபன் என்ற குறிப்பு காணப்படுகிறது. சாதாரணமாக, தந்தைவழிப் பெயரே குறிப்பிடப்படும் வழக்கிலிருந்து இந்தக் குறிப்பு வேறுபட்டிருக்கிறது. அக்காலத்திலேயே, கடவுளருக்கு தாஸி என்ற பிரிவு ஏற்பட்டிருந்ததா-என்பது ஆய்வுக்குரியதாகும்.

அப்ஸரஸ்-கந்தருவர் என்று வேதப்பாடல்களில் காணப்படும் இனத்தினர் பற்றியும்- இயற்கையின் பல கூறுகளை உள்ளடக்கிய உருவாக்கங்களா -(ஸவிதாவின் மகள் சூரியா - சூரியக் கதிர் - ஸோமன் சந்திரன் - அசுவினி தேவர்-காலை-மாலைச் சந்திகள் -சூரியக்கதிர் சந்திரனில் படிவதே திருமணம்) என்பதை அறுதியிட்டுக் கூறுவதற்கில்லை. அப்ஸரஸ்-என்-

றால் நீரில் உலாவுபவர் என்ற பொருள் கிடைக்கிறது. மேகங்களை, வசந்த காலங்களைக் குறிக்கும் கற்பனையாக இருக்கலாம்.

ஆனால், வருண பேதங்கள் ஆழ்ந்து நீ பெரியவன் நான் பெரியவன் என்ற தகராறுகள் முற்றும் போது, உண்மைப் பிரதிபலிப்புகள் அறவே அழிந்து போகின்றன.

அப்படி அப்ஸரஸ்கள் தேவலோக மாதராகியிருக்கலாம். இந்திரனின் ஆளுகையில் பரத்தையராகியிருக்கலாம். அவனை மீறிப் புகழ்பெற, எந்த முனியேனும் மூச்சடக்கித் தவம் செய்தால், உடனே அவர் தவத்தைக் கலைத்து வர அப்பொது மகளுக்கு ஆணையிடப்படுகிறது. தவத்தைக் கலைக்க, ஆன்மீக ஏற்றத்தில் இருந்து கொக்கிப் பிடி போட்டு இழுக்க அவள் கலைத்திறன், உடல் இரண்டு பயன்படுத்தப்படும். உடலைக் கொடுத்தால் விளைவு பிள்ளைப் பேறுதான்.

ஆனால் தாயுரிமை உண்டா?

'எனக்கிட்ட பணியை நிறைவேற்றி விட்டேன். இந்தாரும் குழந்தை' என்று மகவைக் கையிலேந்தி அதைத் தேவேந்திரனிடம் சமர்ப்பிக்க முடியுமா? அதன் தந்தையிடமே நீட்டினாள் மேனகை

'உன்னால்தான் தவம் போயிற்று! உன்னால் வந்த விளைவு! நீயே வைத்துக் கொள்' என்று மறுத்துவிட்டுப் போகிறார் 'பிராம்மண' மதிப்புக்காகத் தவமியற்றிய அந்த க்ஷத்திரியர்.

இவளால் குழந்தையுடன் ஆண்டையிடம் போக முடியாது.

குழந்தை அநாதையாகிறது.

அன்றிலிருந்து இன்று வரையிலும் திருமண முத்திரையில்லத பெற்றோரின் வாரிசுகள் அநாதைகளே.

பெண் உடல் வாணிபத்துக்குத் தெய்வீக மதிப்பளித்த வருண சமுதாயம், அதை மையமாகக் கொண்டு எத்தனை மரபுகளை வளர்த்தன! அந்த வகையில் ஈசனுக்கு என்று பொட்டுக் கட்டிக் கொண்ட மரபினர், ஒருவனுக்கு ஒருத்தியாக இருக்கலாகாது என்பதும் ஒரு கண்டிப்பான விதியாக இருந்தது. இந்த வருக்கத்தில் பெண் குழந்தைகள் பிறந்தால் உடல் வாணிபத்துக்கு வாரிசாகும். ஆண் மதிப்பற்றுப் போவான். தன் மதிப்பைத் தேடிக் கொள்ள அவன் அந்தக் குடும்ப நிழலை விட்டே செல்ல வேண்டும்.

பெண் கண் விழித்த நேரத்தில் இருந்து, 'இந்த உடல் தான் உனக்குச் சொத்து; இதை வைத்துக் கொண்டு நீ மேலும் பொன்னும் பொருளும் போகமுமாக வாழ்வதே இலட்சியம்' என்று அறிவுறுத்தப்படுவாள்.

தாயாகி, குடும்ப நிழலில் ஒருவனுக்கு மட்டுமாகப் பெண்டாக இருக்கும் உரிமையின்றி எத்தனை பெண்கள் புழுங்கிச் செத்திருப்பார்கள்? உடலை விற்பவள் பாவி என்று சொல்லிக் கொண்டே உயர் வருக்கம் அந்த உடலை உறிஞ்சி உயிர் குடித்தது கேட்கப்படவேயில்லை. 'உங்களில் பாவம் செய்யாதவர் எவரோ அவரே இந்தப் பெண்ணின் மீது கல் எறியலாம்' என்ற வாசகம், எவ்வளவு உண்மையானது? ஆனாலும் அந்த உண்மையை மறைத்துக் கொண்டு, உடலால் கெட்டவள் பாவி, பாவி என்று உலகம் இன்னும் கல்லெறிந்து கொண்டு தான் இருக்கிறது. புராண மரபுகள் பெண்ணின் விஷயத்தில் சிறிது கூட மங்காமல் புதுப்பிக்கப்பட்டு வந்திருக்கின்றன. டாக்டர் முத்துலட்சுமி அம்மை, இந்த மரபுகளை அழிக்கப் படாதபாடுபட்டார். இவருக்கு உயர்கல்வி கற்பதும் ஓர் அறை கூவலாக இருந்தது. முதல்

மருத்துவப் பட்டதாரி என்ற அறிவுப்படியில் வெற்றிக் கொடியுடன் அடிவைத்தார். மேல்நாடு சென்று மருத்துவக் கல்வியில் இன்னமும் விரிவு கண்டதுடன் சமூக இயலில் தன்னை முழுமையாக்கிக் கொண்டார். 'பட்டங்கள் ஆள்வதும் சட்டங்கள் செய்வதும்' எங்களுக்குரியதே என்று பாரதியின் வாக்கை நிரூபித்தார். அந்தக் காலத்தில் 'தேசிய'த் தீவிரவாதி என்று பெயரும் புகழும் பெற்ற தலைவர்கள்தாம் பெண்களின் சமூக முன்னேற்றத்துக்கு முட்டுக்கட்டை போட்டார்கள் என்றால் வியப்பாக இல்லை?

ஆங்கில அரசு காட்டிய அக்கறையைக் கூட இந்தத் தேசியத் தலைவர்கள் எதிர்த்தார்கள். திலகர் தம் மகளுக்குச் சட்டத்துக்கு உட்பட்ட இளம் வயதில் திருமணம் செய்தார். 'தேவதாசி ஒழிப்பு' வரக்கூடாது என்று கங்கணம் கட்டிக்கொண்டு அந்நாள் சட்டசபையில் பல தேசியவாதிகள் - குறிப்பாகச் சத்தியமூர்த்தி, சீனிவாச சாஸ்திரி - ஆகியோர் கூச்சல் போட்டதாக, மூவலூர் இராமாமிர்தத்தம்மாள் தம் 'தாசிகள் மோச வலை' என்ற நாவலில் எழுதியுள்ளார். இது உண்மையே. இந்த ஆசிரியை, தன் நாவலின் வாயிலாக, ஆங்காங்கு பொட்டறுப்புச் சங்கங்களை ஏற்படுத்திப் பிரசாரம் செய்ததாகத் தகவல் தெரிகிறது. எதிர்ப்பு இல்லாமலிருக்குமா?

எட்டயபுரத்து வள்ளிக்கண்ணம்மாள், 1930களில் முத்துலட்சுமி அம்மையும், மூவலூர் அம்மையும் செயல்படு முன்பே, பாரதியார் அறிவுரையின்படி பொட்டறுத்துத் திருமணம் செய்து கொண்டாராம். ஆனால் மரபுப் பிடிகள் பதித்த குற்ற உணர்வுகள் கடைசி வரையிலும் அப்பெருமாட்டியை விடவில்லை.

"உடலால் நீ ஒருமுறை கெடுக்கப்பட்டவள். உனக்கு ஒழுங்கான இல்லறத்துக்கு ஏது உரிமை?"

இந்த மரபு, இன்றும் சினிமாக் கதைகள்,தொலைக்காட்சித் தொடர்கள் வாயிலாக மிகவும் சக்தி வாய்ந்த சாதனங்களால் சமூகத்துக்கு அறிவுறுத்தப்படுகிறது.

ஒரு முறை குலைத்து விடு. பிறது அவளுக்கு அதுவே வாழ்க்கையாகி விடும் என்பது தான் கொள்கை.

வறுமையை ஒழிக்க நீ உழைப்பானேன்? உடல் இருக்கிறதே? அது உனக்குச் சோறு மட்டுமா போடும்? ஆகா! நீயே பெருமாட்டி!

தன் குடும்பத்தை வாழவைக்க அவள் விடுதியில் உடல் வாணிபம் செய்தாள். 'தன்னை விற்றுக் கட்டிய கணவரைக் காப்பாற்றிய பத்தினி' - என்றெல்லாம் மறைமுகக் குத்தல்களை வழங்கும் நியாயங்கள் எத்தனை?

தேவதாசி முறை ஒழிந்து விட்டது. ஆனால் உடல் வாணிபத்தை எத்தனை பரிமாணங்களில் பெருக்கியிருக்கிறது, இந்த அறிவியல் வாணிப சமுதாயம்.

பெண்ணுக்கு வேலை வாய்ப்பு என்ற தூண்டிலில், அவளுடைய உடலைக் கண்ணாக்கித் தடவப்பட்ட 'தேன்' கவர்ச்சி என்ற மாயம்தான். புருவத்தை வளை; முகத்துக்குச் சாயமிடு; உறுப்புக்களின் கவர்ச்சியைக் காட்டும் உடைகளாகத் தேர்ந்தெடு; பொம்மைபோல் நில், குற்றேவல் செய்யும் போது, நெஞ்சம் கொள்ளை கொள்ள மோகனமாகச் சிரி; சிறு சிறு உரிமைகளை ஏற்றுப் பின்னும் தள்ளி மோக வெறியை ஏற்று, என்பதெல்லாம் ஆளுமைப் பயிற்சிக்கான பாடங்கள்.

இவன் உடல் அன்றாடம் சோப்புக்காகவும், சமையல் சாதனங்களுக்காகவும் பல பரிமாணங்களில் விலை பேசப்படுகிறது. அதே சமயத்தில் விளம்பர மாடலாக இருக்கக் கூடிய ஒரு பெண், ஓர் ஆணுக்கு வாழ்க்கைத் துணைவி என்ற உன்னதப் பதவிக்குக் கனவு காணவும் முடியாது.விளம்பரப் பெண் அதிர்ஷ்டக் காரியாக இருந்தால் சினிமா நடிகை என்ற உச்ச கட்டத்தை அடையலாம். பணமும் பொருளும் சம்பாதிக்கலாம். இந்த ஒளி வட்டத்தின் மறுபக்க நிழலில், சுதந்திரமற்ற ஒரு இழிவு வளையத்தில் சிக்கி, மன உளைச்சலையும் நோவையும் ஏற்றாக வேண்டும். இத்தகைய அபாக்கிய வதிகளுக்கு, போலியான புகழாரமும், பளபளப்பு தான் சிறிதே கிடைக்கும் மன ஆறுதல். இந்த உச்ச கட்டத்துக்கும் ஏற முடியாமல் வெறும் துணை அல்லது குழு நடிகை என்று முகமறியாத அடித்தளத்தில் மாய்ந்து நோயுடன் மடியும் பெண்கள் எத்தனை பேர்?

உழைப்பாளிப் பெண்களுக்கு, அரசியல் கட்சிகள் தொழிற்சங்கங்களை அமைத்திருக்கின்றன. ஆனால், இந்த சட்டபூர்வமாக்கப்படாது, ஆனால் பல பரிமாணங்களில் நாளொரு வண்ணமும் பொழுதொரு மேனியுமாக வளர்ந்து வந்து, பொருளாதார அடிப்படையையே ஆட்டிப் படைக்கும் பெண்ணுடல் வாணிபத்தில் சீர்குலைக்கப்படும் அபாக்கிய வதிகளை, எந்தத் தொழிற்சங்கமும் கணக்காக்குவதில்லை. இவர்கள் ஓசைப்படாமல் உருக்குலைக்கப்படுகிறார்கள். கொலை செய்யப்படுகிறார்கள் கொலைக்குக் காரணமாக இருந்தவர்கள் தங்கள் படைப்புத்திறனுக்காக, கலை ஆற்றலுக்காக, தேசிய அரசினால் கவுரவிக்கப்பட்டுப் புகழுக்கும் பதவிகளுக்கும் உரியவர்களாகிறார்கள்.

அந்நாள் மரியா மக்தலேனாவுக்கு இறையருள் கிடைத்தது. புத்தர் காலத்தில், உடலால் அழிந்த அபாக்கிய வதிகள் பிக்குணிகளாகக் கடைத்தேறும் உய்வு கிடைத்தது. ஆம்ரபாலி, ஆனந்தரால் ஆன்மீகப்படி ஏறினாள். இருபத்தொன்றாம் நூற்றாண்டை எட்டிப் பிடிக்கும் இந்த யுகத்தில், 'ஆன்மீகம்' என்று ஒன்றே சுயநல ஆதிக்கங்களால் விழுங்கப்பட்டு விட்டன. கணவனும் மனைவியுமாக வெளியே சென்று திரும்புகையில் மனைவி முரடர்களால் குலைக்கப்படுகிறாள். அது அவள் குற்ற மாகிறது; பதிதையாகிறாள்; கணவனால் ஏற்றுக் கொள்ளப் படுவதில்லை. அரசியல் அடிதடிகளோ, சமயக்கலவரங்களோ எது நிகழ்ந்தாலும் பெண்ணின், மீதுதான் அது விடிகிறது. கற்பழிப்புக் குற்றத்துக்கான சட்டங்களில், இவளுக்கு நியாயம் என்பது குதிரைக்கொம்பாக இருப்பதையே பார்த்துக் கொண்டிருக்கிறோம்.

கற்பு, கற்பின்மை என்ற விவகாரத்தில், பெண் இன்னமும் தெளிவில்லாத நியதிகளிலேயே தன்னைப் பறி கொடுத்துக் கொண்டிருக்கிறாள் என்பதே உண்மை.

7. துணை இழப்பும் துறவறமும்

ஒருவனுக்கு ஒருத்தி என்ற அக்கினி வளையம் அலட்சியமாகத் தாண்டப்படும்போது, அவள் மேனி அழகு சாதனங்களுக்குரியதாகவே மதிக்கப்பெறுகிறது. அந்நாட்களில் அவள் நித்திய சுமங்கலி, இந்நாட்களில் அவள் பொருளை ஈட்டித் தரும் வாணிப சாதனம்.

ஆனால், அந்த ஒருவன் விதிவசத்தாலோ,எப்படியோ மாய்ந்து போனால், அவள் சபிக்கப்பட்ட பிறவியாக சமுதாயத்திலிருந்தே தூக்கி எறியப்படும் குப்பைபோல் வீழ்ச்சியுறுகிறாள்.

இந்தியப் பெண்ணின் மேன்மை, அறியாப்பருவத்தில் ஒரு நாயகனுக்கு ஆட்பட்டு, அவனுக்குத் தொண்டடிமை செய்யும் கௌரவப் பதவியில் அவனுக்கு ஆண்மக்களைப் பெற்றுத் தந்து, அவன் சிறுமைகள், பெருமைகள், கொடுமைகள் எல்லாவற்றிலும் முக்கியப் பங்கேற்று, முதுமைக் காலம் வரை வாழ்ந்து, பர்த்தாவும் பார்த்திருக்க, புத்திரனும் கொள்ளி வைக்க, மஞ்சளும் குங்குமமுமாக, மருமகளிடத்தில் தன் வெறுப்புகள் அனைத்தையும் ஒப்படைத்து விட்டுப் போய்ச்சேரவேண்டும் என்பதில்தான் நிலை கொண்டிருக்கிறது.

இப்படித் தீர்க்கப்பட்ட உன்னதமான பெண்மைக்காக, உண்மை வரலாறு கூட இந்நாட்டில் திரிக்கப்பட்டிருக்கிறது. எடுத்துக்காட்டாக, மீராபாய் வரலாற்றைப் பார்க்கலாம். புகழ்பெற்ற கவிஞானச் செல்வி அவர் பதினைந்தாம் நூற்றாண்டுக்குரியவர். இவருடைய கணவர். மார்வார் இளவரசர் போஜராஜர் கணவர் இறந்தபின் பல ஆண்டுகள் மீராபாய் வாழ்ந்தார். இவருடைய வாழ்க்கையின் பல முக்கிய நிகழ்ச்சிகள் கணவர் இறந்த பின்னரே நடந்திருக்கின்றன. இவருடைய கிருஷ்ண பக்திப்பித்தும், கவிதா சக்தியும், அந்நாட்களில் அரச குடும்பத்துக்கே அகௌரவமாகக் கருதப்பட்டன. அதற்காகவே இவருடைய நாத்தியும், மைத்துனரும் இவருக்குப் பல இன்னல்களை இழைத்தார்கள். நஞ்சிட்டு இவரைக் கொல்லவும் துணிந்தார்கள். ஆனால் மீரா சாகவில்லை. அரச குடும்பத்துக்குரிய அரண்களைக் கடந்து, கண்ணனைப் புகழ்ந்து பாடிக் கொண்டு வெளியேறினார். 'மீராகேப்ரபு' என்ற முத்திரையுடன் இவர் பக்தி கனிந்த இதயம் வடித்த பாடல்கள் நாடெங்கும் பாமர மக்களின் நாவில் ஒலிக்கலாயின. இந்த வரலாறு, மீரா என்ற பெண் கவிஞருக்கு ஏற்றம் தருவதாக, பின்னாட்களின் சமுதாயப் பாதுகாவலர்களுக்குத் தோன்றவில்லை. இவருடைய கிருஷ்ண பக்திக்கும், கவியாற்றலுக்கும் முன்பாக, இவர் ஓர் இளம் விதவை, குடும்ப கௌரவங்களை மீறியவர் என்ற உண்மைகள் முரண்பாடாக இருக்குமே? பக்தியும் பாடலும் அந்த வகையில் இவர் புகழைத் துக்கிப் பிடிக்காதே?

எனவே மீரா பற்றிய சித்திரங்கள் வரலாற்றைப் பின்னுக்குத் தள்ளின. இவர் கட்டுக்கழுத்தி சுமங்கலி என்ற வண்ணங்களைக் கொண்டே சித்திரிக்கப்பட்டிருக்கிறார். இருபதாம் நூற்றாண்டின் சக்திவாய்ந்த சாதனமாகிய திரைப்படம், மீரா பூவும் பொட்டுமாக வாழ்ந்த நிலையில் கணவரையும், அரச போகங்களையும் துறந்து, (கிருஷ்ண பக்திக்கு அவர் இடையூறு விளைவித்ததால்) வெளியேறிச் சென்றதாக நிலையுறுத்துகிறது. 'விதவை' என்ற சொல்லுக்குரிய நிலை, இத்தகைய அளவுக்குச் சபிக்கப்பட்டதாக இன்னமும் நிலையுறுத்தப்பட்டு வருகிறது. சுமங்கலி, கட்டுக் கழுத்தி, பூவும் பொட்டும் என்ற சொற்றொடர் பெண்ணை எந்த நிலையிலும் சமுதாய மதிப்புடையவளாக்குகிறது.

உண்மையில் சுமங்கலி என்ற சொல்; ருக்வேதம் பத்தாவது மண்டலத்தில் குறிக்கப்பெறுகிறது (X -7-1)

'விதவா' என்ற சொல்லுக்கு மாறான 'அவிதவா' என்ற சொல்லும் இதே பத்தாவது மண்டலத்தில் (X-2-2) இடம் பெற்றிருக்கிறது. 'விதவா' என்ற சொல், நான்காம் மண்டலத்திலும் (IV-2-8) இடம் பெற்றிருக்கிறது.

இன்றைய சமுதாயத்தில், விதவை என்ற சொல்லுக்கு நேர் எதிர்ப்பதமாக, சுமங்கலி என்ற சொல் விளங்குகிறது. 'சுமங்கலி' என்றால், அவள் பூவுக்கும், பொட்டுக்கும், பட்டுக்கும் உரியவள். அவள் உடலையும், கருப்பையையும் ஆளுகை செய்யும் நாயகன் இருக்கிறான்

என்பதே பொருள். திருமண வைபவங்களில், மணமகள், மணமகனைப் பணியும் போது, அவன் அவளைத் 'தீர்க்க சுமங்கலியாக இருப்பாய்' என்று வாழ்த்துவதன் மூலம் தன்னையே வாழ்த்திக் கொள்ளும் வழக்கம் இன்றளவும் நடைபெற்று வருகிறது.

ஆனால், ருக்வேதம் காட்டும் இச்சொல், அவளைத் திருமணம் புரிந்த நிலையில், ஒரு-வனுக்கு ஆட்பட்ட தாலி, பொட்டு பூ என்று புறச்சின்னங்களோடு தொடர்பு கொண்டதாகக் குறிக்கப்படவில்லை. இந்தப் பாடல் ஸவிதாவின் மகளான சூரியா, சோமனைத் திருமணம் செய்து கொள்ள மணப்பெண்ணாகக் கூடத்தில் வந்திருக்கிறாள். இவளை மணமகன் வீட்-டுக்கு அழைத்துச்செல்ல அசுவினி தேவர்கள் தேருடன் காத்திருக்கின்றனர். அந்தத் தரு-ணத்தில், இந்தப் பாடல் கூறப்படுகிறது.

'ஓ இந்த வது சுமங்கலியாகத் திகழ்கிறாள், பாருங்கள்! இவளை வந்து வாழ்த்தி விட்டுத் திரும்பிச் செல்லுங்கள்!' என்று உற்றவர், ஊராரிடம் சொல்வதான பாடல் அது.

'இந்த வது (மணப்பெண்) மங்களமான உறுப்புகளையுடையவளாய், இளமையும், ஆரோக்கியமுமாகத் திகழ்கிறாள். இவள் சந்ததியைப் பெற்றுத்தந்து இல்லத்தைப் பரிபாலிக்-கும் தகுதியுடையவள் என்ற பொருள்தான் இப்பாடலில் முன்நிற்கிறது.

இப்போது, இதே பத்தாம் மண்டலத்தில், அவிதவா (விதவையல்லாதவள்) என்ற சொல் வரும் இடத்தைப் பார்க்கலாம். இந்தப் பாடல், பெண்ணின் நிலை பற்றிய ஆய்வுக்கு மிக முக்கியமாகக் கருதப்பட்டு வந்திருக்கிறது. இந்தப் பாடலில்தான் 'அக்ரே' என்ற சொல், 'அக்னே' என்று திருத்தப்பட்டு சனாதன ஆண் நாயகச் சமுதாயம், கணவன் இறந்ததும் மனைவியையும் சிதையிலேற்ற வேத அங்கீகாரத்துக்குரியதாக்கப்பட்டதாகக் கருதப்படுகிறது.

('அக்ரே' என்ற சொல்லே அக்னியைக் குறிக்கும். அக்ரே என்றால் முதல் தெய்வத்-துக்குறிய அக்னிதான் என்று பொருள் சொல்வரும் உண்டு) கணவன் சிதையில் இருக்கும் போது, சிதையை நோக்கிச்செல்லும் மனைவியைத் தடுத்து நிறுத்தி, 'அவளை விதவை-யல்லாதவர்களும், சுபத்னிகளாகிய பெண்களும் முன்வந்து வீட்டுக்குத் திருப்பி அழைத்துச் செல்லட்டும்' என்ற பொருள்படக் காணப்படும் பாடல் அது.

(அக்ரே முன்னே - அக்னே நெருப்பு)

'விதவையல்லாதவரும் சுபத்னிகளும் இவளை மணப் பெண்ணாக்கி, அக்கினிக்கு அழைத்துச் செல்லட்டும்' என்ற பொருளை சனாதன ஆண்நாயகம் வலியுறுத்தி அவளை நெருப்பில் போட்டது. இங்கே, 'சுமங்கலி' என்ற சொல் ஏன் கையாளப்படவில்லை? சொல்-லப் போனால் 'சுமங்கலி' என்ற சொல், வேறு எந்த இடத்திலும் இல்லை - நாம் இன்று கொள்ளும் பொருளில் இல்லை என்றே சொல்லலாம்.

'அவிதவா' என்ற சொல்லும், 'ஸுபத்னி' என்ற சொல்லும் இந்தப் பாடலில் பயன்படுத்-தப்பெறுகின்றன.

விதவையல்லாதவள் - புருஷன் உடையவள்- அது ஒன்றே போதுமே? ஸுபத்னி என்ற சொல் வேறு எதற்கு? இதற்கும் நல்ல கணவனை உடையவள் என்றுதானே பொருள்? வி-தவா நாயகன் இல்லாதவள் காப்பாளன் இல்லாதவள் என்று கொள்ளலாம். அந்தக் காப்-பாளன், அவளுடைய கணவனாகத்தான் இருக்கவேண்டும் என்பதில்லை. அவன் சோத-ரனாக இருக்கலாம்; தந்தையாகவும் இருக்கலாம்; யாராகவும் இருக்கலாமே? 'விதவை' என்ற சொல்லுக்கு, வேதப்பாடல்களில் குறிக்கப்படும் பொருள் திட்டவட்டமாகச் சொல்லும்-

படி இல்லை என்றே கருத வேண்டி இருக்கிறது. வேதப் பாடல்கள், உலகின் இயற்கைத் தோற்றங்கள், கோள்களின் இயக்கங்கள், உயிர்நிலைகளை அடிப்படையாக்கி, மானிட வாழ்வின் கூறுகளால் உருவகப்படுத்தப்பட்டவை, உயர்ந்த தத்துவங்களை உணர்த்துபவை என்று சொல்லப்படுகின்றன.

என்றாலும், இந்த அடிப்படையிலும், மானிட சமுதாய வாழ்வு நிலைகளைப் புரிந்து கொள்ள இவை உதவுகின்றன. ருக்வேதம் நான்காம் மண்டலத்தில் (IV-2-8) ஒரு பாடல் இடம் பெற்றிருக்கிறது. இந்திரனின் தாய் அதிதியின் கூற்றாக, இந்திரனைப் புகழும் பாடல் இது.

'உன் தாயை விதவையாக்கியவர் யார்? உன்னைவிட ஆற்றலுடைய தேவன் உண்டோ? தந்தையைக் காலைவாரிக் கொன்ற ஆற்றுலுடையவன் அன்றோ?' என்ற பொருள்பட, ஒரு தாய்த்தெய்வம் மகனைப் புகழ்ந்துரைக்கிறது. இதில் 'உன் தந்தை' என்ற குறிப்பு இல்லை. பொதுவாகத் தந்தை என்றே குறிக்கப்பெறுகிறது. இப்போது அது முக்கிய மில்லை. விதவையாக்கியதற்காக இந்திரன் போற்றப்படுகிறான். இது தான் நம்மைக் கவரும் முக்கியமான செய்தி. எனவே, ஆதிகாலத்தில், பெண்ணின் நிலை, புறச் சின்னங்களாலும், ஒடுக்கும் நெறிகளாலும் கட்டுப் படுத்தப்பட்டதாக இருக்கவில்லை என்பதும், அப்போது பயன்படுத்தப்பட்ட சில சொற்களே, பல புதிய பரிமாணங்களைப் பெற்று, இவளை ஒடுக்கும் நெறிக்கான முக்கியக் கருவிகளாயின என்று கொள்ளலாம்.

பகவத் கீதையில், முதல் அத்தியாயமாகிய அருச்சுன விஷாதயோகத்தில், அருச்சுனன் கண்ணனிடம் 'தான் போர் புரிய மாட்டேன்' என்று கூறுகிறான். அதற்கு அவன் கூறும் காரணம் கருத்திற் கொள்ளக் கூடியதாகும்.

'போரில் மாவீரர்கள் மடிந்ததும், அவர்களுடைய நாயகியர் கணவர்களை இழப்பார்கள்; அப்போது அவர்கள் மாற்றாரைச் சேரும் சூழல் உண்டாகும்...' ஸ்த்ரீகளின் இத்தகைய துஷ்டத்தனத்தினால் வருண ஸங்கரம் - (வருணக் கலப்பு) நேரிடும்; இதனால் குல தருமங்கள் அழியும்; மூதாதையருக்கு நீர்க்கடனாற்றுபவர்கள் இருக்க மாட்டார்கள்; 'இத்தகைய பாவங்களுக்குக் காரணமாகும் போரைப் புரிய மாட்டேன்' என்பது தான் அவன் கூற்று. இங்கு கூட, 'விதவை' என்ற சொல் பயன்படுத்தப்பட்டிருக்கவில்லை. கைம்மை நிலையின் கொடுமைகள் தலை காட்டவில்லை.

கைம்மை நிலை பற்றி, புத்தரின் காலத்தில் அறிய முடிகிறது. புத்தர் பெண்களுக்குத் துறவு நெறியை எளிதில் அநுமதிக்கவில்லை. புத்தருக்கு வளர்ப்புத் தாயாக இருந்து அவரை வளர்த்து ஆளாக்கிய கௌதமி அன்னை, ஒரு நெருக்கடியான தருணத்தில் அபலைப் பெண்கள் பலரை அழைத்துக் கொண்டு, புத்தரிடம் வந்தார். தங்களைத் துறவிகளாக ஏற்றருள வேண்டும் என்று அவள் கோரினாள். அவரோ, அவர்களை அருகிலேயே நெருங்க விடவில்லை.

அந்தப் பெண்கள் யாவர்?

அக்காலத்தில ரோஹினி ஆற்றின் நீருக்கான சச்சரவின் காரணமாக, சாக்கிய இனத்தவருக்கும், கோலிய இனத்தவருக்கும் இடையே மோதல்கள் உண்டாயின. அந்த மோதலில் சாக்கிய குலப்பெண்கள் பலர் தம் துணைவர்களை இழந்தார்கள். (கோலிய இனத்தவரிடமும் இதே நிலைமை ஏற்றிருக்கலாம்) அத்தகைய சாக்கிய குல அபலைப் பெண்களை அழைத்-

துக் கொண்டு கோதமி அன்னை தங்களுக்குத் துறவுரிமை கேட்டு வந்திருந்தார். அந்தப் பெண்கள் தங்கள் அணிபணிகள் நீக்கி அழகிய கூந்தலை வெட்டி எறிந்து விட்டுக் காவியாடை தரித்து வந்திருந்தனர். பெண் உடல் ரீதியாக, பலவீனமானவள்; மன உறுதி இல்லாதவள்; சஞ்சல இயல்பினள், அவளைத் துறவுச் சங்கத்தில் அநுமதித்தால் கேடுகள் வரும் என்று புத்தர் அன்னையை முகம் கொடுத்தும் பார்க்கவில்லை.

ஆனால் கௌதமி அன்னை, அழுது கொண்டு, அந்தப் பெண்களுடன் பல நாட்கள் வெளியே நின்று மன்றாடினார். சீடர் ஆனந்தர், அவர்களுக்காகப் புத்தரிடம் மன்றாடி, அவர்களைத் துறவுச் சங்கத்தில் ஏற்கச் செய்தாராம். என்றாலும், இவர்கள் ஆண் துறவிகளுக்கு எந்த வகையிலும் சமமானவர் அல்ல. பெண் துறவிகளுக்கு மிகமிகக் கடுமையான கட்டுப்பாடுகள் விதிக்கப்பட்டன. முதல் துறவியான அன்னை கோதமி அந்த நெறிகளை அப்படியே காத்து, நூற்றிருபது வயது வாழ்ந்ததாக வரலாறு தெரிவிக்கிறது. புத்தசங்கத்தில், அன்னை கோதமியின் முயற்சியில், பெண்கள் பிக்குணிகளாக அநுமதிக்கப் பட்டனர். இந்தப் பிக்குணிகளின் சங்கத்துக்கு அன்னையாக, அவரே திகழ்ந்தார். நூற்றுக்கணக்கான பெண்கள் துறவு வாழ்க்கைக்கு வந்தனர். இந்தப் பிக்குனிகள், அரச மாளிகையில் இருந்தும், தாழ்த்தப்பட்டவர் களிடையே இருந்தும், கணிகையர் குலத்திலிருந்தும் வந்தவர்கள். இவர்கள் எல்லோரும் ஏறக்குறைய சம வயதினரும் அல்ல.

சிலர் கன்னியர்; சிலர் கைம்பெண்கள்; சிலர் வயது முதிர்ந்தோர். இவர்கள் பலர் தத்தம் அநுபவங்களை வரலாறுகளைப் பாடல்களாக யாத்திருக்கின்றனர். இதுவே 'புத்த தேரி காதா' என்ற நூலாக உருவாயிற்று. இவை முதலில் வாய்மொழியாக உலவி, மௌரிய அரசர் காலத்தில், வரிவடிவம் பெற்று, இரண்டாவது திரிபிடகமாகிய சுத்தபிடகத்தில் இடம்பெற்றதென்பர்.

இந்தப் பாடல்களில் மிக நீண்ட பாடல், ஸுமேதா என்ற பெண் துறவிக்கு உரியது. மந்தவதி நாட்டில் பிறந்த 'கிரௌஞ்ச' என்ற அரசனின் மகள் ஸுமேதா. வாரணாவதி நாட்டு மன்னன், அநிகர்த்தன் இவளை மணக்க விரும்பினான். அவனே வந்து இவளிடம் வேண்டினான். எழுபத்தைந்து பாக்களுடைய இந்த வரலாற்றில் இவள் பிறப்பு, வளர்ப்பு, துறவு எல்லாம் வருணிக்கப்படுகிறது. இவள் கல்வி கற்றாள் மனம் புரிய வந்தவர்களை மறுத்தாள். பெற்றோர் எடுத்துக் கூறியும் கேட்கவில்லை. பிரும்மசரியம்-பேரின்பம் இரண்டுமே வாழ்க்கை என்று புத்தமதம் தழுவினாள். இஷிதாஸி என்ற துறவியின் வரலாற்றில், பெண்கள் மறுமணம் செய்து கொள்வதில் தடையில்லாமலிருந்த குறிப்பு தெரிகிறது. உஜ்ஜயினியில் உயர் வணிக குலத்தில் பெற்றோர்க்கு ஒரே மகளாக உதித்த செல்வி இவள். இவளை, ஸாகேத நகரத்தில் வணிக குல வாலிபனுக்கு மணமுடித்தார்கள். மணம் முடிந்தபின் கணவன் வீடு சென்றாள் இஷிதாஸி. பாடல் பின்வருமாறு வருகிறது.

'காலையும் மாலையும் கணவரையும் (பெற்றோர்) மாமன் மாமியரையும் நெற்றி நிலத்தில் தோய, முழங்கால் பூமியில் பதிய எனக்குச் சொல்லிக் கொடுத்தபடி தொழு தெழுவேன்.

கணவரின் சோதர-சோதரர்-அவ்வீட்டு உறவினர்- எவர் வந்தாலும் பணிவுடன் எழுந்து நின்று வணங்கினேன்.

சீவிச் சிங்காரித்துத் தாதியாக அவருக்குப் பணிவுடன் ஏவலுக்குக் காத்து நின்றேன். சோறு பொங்கி, பண்ட பாத்திரம் கழுவி-கூனிக் குழைந்து பணியாற்றினேன்.

இவ்வளவுக்கும் நான் பெற்றது யாது! அவர்கள் வெறுப்பே!

ஏற்றுக் கொள்ளப்படாத வாணிபப் பொருள் போல் தாய் வீட்டுக்குத் திருப்பி அனுப்பப் பெற்றேன்.

இரண்டாம் முறையாக ஒரு செல்வச் சீமானுக்கு மண முடித்தார்கள்.

அவனும் ஒரு குற்றமும் அறியாத என்னை ஒரு மாதத்துக்குப் பிறகு திருப்பி அனுப்பி வைத்தான்.

ஒரு நாள் ஒர் இளம் பிக்கு, தந்தை வீட்டுக்கு வந்தார்.

பெற்றோர் அவரிடம், துறவு வாழ்க்கையை விட்டு தம் குற்றமற்ற மகளை மணந்து கொள்ள வேண்டினர்.

பிக்கு இசைந்து, என்னை மணம் முடித்தார்.

ஆனால், ஒரு மாதம் கூட நீடிக்கவில்லை வாழ்வு. அவர் அவளைவிட்டு மீண்டும் துறவியாகவே சென்றார்.

நான் எனது பெற்றோரிடம், 'உயிரை மாய்த்துக் கொள்வேன்.'

'அல்லது என்னைத் துறவு கொள்ள அநுமதியுங்கள்'... என்று மான்றாடினேன்.

ஜீன தத்த... பிட்சு எங்கள் இல்லம் வந்தார். நான் துறவியானேன்...

இவ்வாறே, சுபா என்ற துறவியின் வரலாறு விரிகிறது.

பிக்குணி சுபா, ஜீவகனுக்குச் சொந்தமான மாந் தோப்பில் உலவிக் கொண்டிருந்தாள். ஜீவகன் வந்து வழிமறித்தான்.

'நான் தனிமை விரும்புகிறேன்; புனிதமானவள்; நீ மாசுற்ற மனதினன். விலகிப் போ!' என்று வெருட்டினாள் சுபா.

ஜீவகன், 'நீ மாசற்ற கன்னி; ஏன் உலகைத் துறந்தாய்! துரவாடையை ஏன் விரும்பினாய்? இந்த வாழ்வை விடு. இதே தோப்பில் இந்த இளவேனிலில் மலரும் மணமுமாய் இன்புறவோம்! நீ என் ராணியாகலாம்!' என்றான்.

சுபா வெறுத்தாள். 'இவ்வுடல் மரணமடையும். நீ விரும்புகிறாயா?

ஜீவகன் அவளைப் புகழ்ந்து கொண்டே இருந்தான். கண்களின் வசீகரங்களைப் புகழ்ந்தான்.

சுபா உடனே தன் கண்களைத் தோண்டி அவனிடம் கொடுத்தாள்.

'இந்தா! நீ புகழ்ந்த கண்!'

அவன் உடனே வெட்கி மன்னிப்புக்கோரினான். அவள் புத்தரிடம் திரும்பினாள். அவர் அருளால் கண்ணொளி மீண்டது.

(அற்புதத்துடன் முடிகிறது)

இவ்வாறே குண்டலகேசியின் வரலாறு வருகிறது.

தமிழ் ஐம்பெருங்காப்பியங்களில் ஒன்று குண்டலகேசியை நாயகியாகக் கொண்டதாகும். ராஜகிருஹ நகரில் ஒரு வணிகனின் மகளாகப் பிறந்த குண்டலகேசி, குலகுருவின் மகன் சார்த்தகனைக் காதலித்தாள்.

அவன் வஞ்சகன்; திருடன். தெரிந்தும் அவனைத் திருட்டுக் குற்றத்தில் இருந்து மீட்டுத் தந்தையின் உதவியினால் மணந்து கொள்கிறாள். அவன் அப்படியும் திருந்தாமல் இவளை வஞ்சகமாகக் கொன்று நகைகளை அபகரிக்கச் சூழ்ச்சி செய்கிறான். ஆனால் அவளோ அதற்குமுன் அவன் எண்ணத்தைப் புரிந்து கொண்டு எந்த வழுக்குப் பாறையில் அவளைத்

தள்ளிக் கொல்லக் கருதினானோ, அதே வழுக்குப் பாறையில் அவனைத் தள்ளிக் கொன்றுவிட்டு அவள் புத்த சங்கத்தில் சேர்ந்து பிக்குணியானாள். இவ்வாறு துறவியானவர்கள் தங்கள் வரலாறுகளைப் பாடி வைத்திருப்பதை ஒரு வகையில் குரல் கொடுத்த முன்னோடிகள் எனலாம். கணிகையர் பலர் போக வாழ்க்கையை விடுத்துத் துறவு பூண்டனர். அம்பாலி, அர்த்தகேசி, பத்மாவதி, விமலா என்ற பெயர்கள் புகழ் பெற்ற கணிகையர்க்குரியவை. சநாதன வேத குருபீடங்கள் கணவனை இழந்த மனைவிக்கு, அக்கினியில் புகுவதிலிருந்து விலக்களித்து, கட்டாயத் துறவை விதித்தன.

பெண்ணின் தலையை முண்டிதம் செய்து அலங் கோலமாக்கும் வழக்கம், சமண, புத்த சமயங்கள் துறவுரிமை அளித்ததன் எதிரொலியாகப் பெண்ணுக்கு வந்து விடிந்தது என்று கொள்ளலாம். தமிழ்ச்சங்க இலக்கியங்களின் காலத்தை வரையறை செய்வதில், கருத்து வேற்றுமைகள் இருக்கின்றன. ‘சங்கம்’ என்ற சொல்லே, புத்தமதம் சார்ந்ததாகும். கி.பி. ஐந்தாம், ஆறாம் நூற்றாண்டி ல் தோன்றிய ‘மணிமேகலை’ என்ற காப்பியத்தில்தான் ‘புலம்புரிச் சங்கம் பொருளொடு முழங்க’ என்று காணப்படுகிறது என்று பேராசிரியர் வித்தி யானந்தன் ‘தமிழர் சால்பு’ என்ற நூலில் குறிப்பிடுகிறார்.

சங்க நூல்களில், ‘சங்கம்’ என்ற சொல்லே வழங்கப்படவில்லை என்றும் அவர் விளக்குகிறார்.

எனினும் ‘புலவர் அவை’ என்ற அமைப்பும், ஒரே தன்மையுடைய பண்புகளைக் கொண்ட இலக்கியங்கள் எழுந்த அக்காலமும் அப்பாடல்களால் தெரிய வருகின்றன. சங்ககாலம் என்பது கி.மு. முதலாம் நூற்றாண்டு தொடங்கிக் கி.பி. மூன்றாம் நூற்றாண்டின் முற்பகுதி வரையுள்ள காலப்பரப்பைச் சங்ககாலமெனக் கொள்ளலாம் என்பது பொதுவாக ஒப்புக்கொள்ளப்பட்டிருக்கிறது. அதற்கு முந்தைய நூற்றாண்டுகளில் இப்பாடல்கள் பாடப்பட்டன என்றும், தொகுக்கப்பட்ட காலம் கி.மு. முதலாம் நூற்றாண்டுக்கு முன்னதாகவே இருக்கலாம் என்றும் ஆராய்ச்சியாளர் கருத்துரைத்திருக்கின்றனர்.

காலக் கணிப்பு முன் பின்னானாலும், சங்க காலத்தில், பெண்ணின் கைம்மை நிலை, பரிதாபத்துக்குரியதாகக் காட்டப்பட்டிருக்கிறது என்பதுதான் இங்கே முக்கியமாகிறது. சங்க இலக்கியப்பாடல்கள் அகநானூறு, புறநானூறு போன்ற தொகுப்புகள், வீரர் பெருமை, போர்க்கள வெற்றி ஆகியவற்றை முதன்மைப் படுத்துகின்றன. வீரரைச் சார்ந்த காதலியர், கற்பு நெறியில் ஒழுகும் தலைவியர் ஆகியவர் நிலைகளில் பெண்களின் வாழ் நிலையைத் தெரிந்து கொள்ள முடிகிறது. சுடுகாட்டுக்கு வந்த மனைவியை, மங்கலப் பெண்களுடன் வீடு திரும்பிச் செல்லும்படி பணிக்கும் ருக் வேதப் பாடலில், அதற்கு முந்தைய எரிக்கும் வழக்கத்தின் மெல்லிய இழைச் சான்று தெரியவருகிறது. அது, மாற்றப்படும் கூறு அழிக்கப்பட்டு, பெண்கள் கணவனுடன் எரிக்கப்பட்டனர். சட்டங்களும், கல்வி, புதிய நாகரிகங்கள் எதுவும் இந்த வழக்கத்தை அடியோடு ஒழித்து விடவில்லை. இருபதாம் நூற்றாண்டின் பிற்பகுதியிலும், ‘ரூப்கன்வார்’கள் பலர் எரிக்கப் படுகிறார்கள்.

சங்க இலக்கியங்கள், பெண்ணை உரிமையுள்ளவளாகக் காட்டுவதாகவே எடுத்துரைக்கப்பட்டு வருகிறது. பெண்ணை வெறுக்கக்கூடிய கருத்தும் துறவு நெறியும், புலாலுண்ணாமை போன்ற ஒழுக்கங்களும் முதன்மைப் படுத்தப்பட்ட, சமண பௌத்த சமயச் செல்வாக்கு வலிமை பெற்றிராத தமிழ்ச் சமுதாயத்தை அந்த இலக்கியங்களில் காணமுடிகிறது. ஆரிய

சமுதாயத்தின் வருணப் பாகுபாடுகள் கூட ஆழ்ந்து பிரதிபலிக்காத இச் சமுதாயத்தில் பெண்கள் சமூக விழாக்களில் பங்குபெற்றுச் சுதந்தரமான வாழ்க்கை நடத்தினர்; கணவருடன் கள்ளருந்தினர். மகளிர் ஆடவருடன் கலந்து பழகத் தடை யிருக்கவில்லை. வினைகள் இயற்றுவதில் கணவருக்குப் பெண்கள் துணையாயிருந்தனர், பரணில் ஏறிக் கிளிகளை விரட்டிப் பயிரைப் பேணினர்-பாலை நிலத்து எயிற்றியர் (வேடர்) இரும்பு அலகினையுடைய மண்வெட்டிகளினால் நிலத்தைத் தோண்டுவர்-இல்லத்துப் பெண்கள் வாயில் முற்றம் கூட்டிச் சுத்தம் செய்வதில் இருந்து, நெல் குற்றுவது போன்ற அனைத்துப் பணிகளையும் செய்தனர். பாசறைகளிலும் பெண்கள் வினை இயற்றினர் என்றெல்லாம், பேராசிரியர் வித்தியானந்தன் தம் நூலில் பட்டினப்பாலை, பொருநராற்றுப்படை, புறநானூறு, மலைபடுகடாம், ஐங்குறு நூறு போன்ற பல நூல்களிலிருந்து சான்றுகளுடன் தெரிவித்துள்ளார். பெண்கள் காதலித்து மணந்த தலைவர்களுடன், கற்புநெறி தவறாத வாழ்க்கையில் எல்லா உரிமைகளுடனும் வாழ்ந்தனர் என்றே பொதுவான சித்திரம் தீட்டப்படுகிறது.

பெண்ணின் வாழ்வில், அன்றிலிருந்து இன்றுவரை ஒரு அவலமான சோகக் கூறாகப் பற்றியுள்ள கைம்மை நிலை பற்றிய குறிப்பை இந்நூல் தரவில்லை. புறநானூற்றில், இது பற்றிய பல சான்றுகள் காணப்படுகின்றன. 246 ஆம் பாடல், பூதப்பாண்டியன் தேவி பெருங்கோப்பெண்டு என்ற அரசிக்குரியதாகத் தெரிவிக்கப்படுகிறது. பாண்டிய நாட்டின் வட எல்லை, ஒல்லையூர் என்ற நாடு. அதைச் சோழர் கைப்பற்றிக் கொண்டனர். பூதப்பாண்டியன் சோழனுடன் போரிட்டு அதை வென்றான். அவன் மனைவி பெருங்கோப்பெண்டு, அரசியல் அறிந்தவள். கணவன் இறந்ததும் இவ்வரசி தீப்புக முனைந்தாள். அப்போது, அரசியல் சுற்றத்தாரான பெருமக்கள், அரசன் இல்லாக் குறை நீங்க, அரசை ஏற்று நடத்திட வேண்டும், தீப்புகக்கூடாது என்று தடுத்தனர். ஆனால் அவள் செவி மடுக்கவில்லை. அதற்கு அவள் கூறிய காரணம் குறிப்பிடத் தகுந்ததாகும்.

‘என்னைத் தீப்புகுதல் நன்று என்று சொல்லாமல் தடுக்கும் சான்றோரே...’ என்று விளிக்கையில், ‘பொல்லாச் சூழ்ச்சிப் பல்சான்றீரே’ என்று குறிப்பிடுகிறாள்.

‘நெய்யும் அரிய பண்டங்களும் விலக்கி, வெறும் நீர்ச் சோற்றில் புளிசேர்த்துச் சமைக்கப்பட்ட வேளைக் கீரையைச் சேர்த்து ஒரு நேரம் உண்டு, பாயில்லாத பருக்கைக்கல் படுக்கையில் படுக்கும் கைம்மையின் கொடுமைக்கு, இந்த ஈமப்படுக்கை மேலானது’ என்று உரைக்கிறாள். இந்தப் பாடலை அடுத்து, அவள் காட்டிலுள்ள காளிகோயிலின் முன் தீ வளர்த்து எரிபுகுந்ததை, மதுரைப் பேராலவாயர் என்ற புலவர் 247 ஆம் பாடலில் சித்திரிக்கிறார். இதே கைம்மை நிலையை, இரங்கத்தக்கதாக, ஒக்கூர் மாசாத்தனார் (248) தும்பைச் சொகினனார் (249) தாயங்கண்ணியார் (250) ஆகியோர் விவரிக்கிறார்கள். ஆவூர் மூலங்கிழார் (261) பாடலில், ‘கொய்ம்மழித்தலையொடு கைம் மையுறக் கலங்கிய’ என்று வள்ளலான் நண்பன் காரியாதி என்பவர் இறந்ததும், மனைவி, மழித்த தலையுடன் காட்சியளித்ததையும் குறிப்பிடுவார்.

எனவே, இச்சான்றுகள், தாயநாயகச் சமுதாயமாக தமிழ்ச் சங்ககால சமுதாயத்தைக் குறிப்பிடவில்லை என்பதே உண்மை. பெண்களின் உரிமைகள் பறிக்கப்பட்டு ஒடுக்குதற்குரிய நெறிகளாக, ஒரு பக்கக் கற்பு நெறியும், கைம்மை நெறியுமே, தீவிரமாக்கப்பட்ட நிலையைக் காணமுடிகிறது.

2

8. கவிக் குரல்கள்

எழுதப் படிக்கத் தெரியாத பெண்.

ஆனாலும் ஒரு தாய் என்ற நிலையில் உலகியல் ஞானங்களைத் தன் உணர்வுகளாலேயே பெற்று விடுகிறாள். மகவுக்காகத் தன் ஊனையும், உயிரையும் மகிழ்வுடன் ஈந்து ஒடுங்கும் இயல்பைத் தன் பிறப்பினாலேயே அடையப் பெற்றவள்.

இவள் தன் மகவைப் பாலூட்டிச் சீராட்டி உறங்கச் செய்ய, அன்பைக் குழைத்து, ஆவியை உருக்கும் இனிய குரலால் தாலாட்டுப் பாடுகிறாள். சொற்கள் எப்படி அழகழகாய் வந்து பாடலை அழியாக் கவிதையாக்குகின்றன?

துயரம் வெடிக்கும் போது, அந்த உணர்வுகள் ஒப்பாரியாக, சோகம் உருக்கும் சொற்களாக எப்படி வெளிப்படுகின்றன?

இலக்கண இலக்கியக்காரர்கள் குப்பை என்று தள்ளும் சொற்கள், அவர்களிடமே அரச மரியாதை பெற்றுவிடும் வகையில் வந்தமர்ந்து கொள்கின்றன.

உலகில் கவிஞர் என்றும் அறிவாளி என்றும் முதலுரிமை கொண்டாடுபவன் ஆண்தான். இவர்கள் நாவிலிருந்து பிறக்கும் மொழிகளை அப்படியே பொறித்து வைக்க ஏடும் எழுத்தாணியுமாக ஒரு சீடர் - தொண்டர் குழாம் சூழ்ந்திருக்கும்.

பெண்ணுக்கு இந்தச் சிறப்புகள் இல்லை. இவள் சொற்களை, உந்தி வரும் உணர்வுகளை யாரும் பதிவதில்லை. நாற்று நடும் போதும், ஓங்கி ஓங்கி உலக்கையால் குத்தும் போதும், கல்திரிகையைக் கட்டி இழுக்கும் போதும், உழைப்பாளிப் பெண் பாடுகிறாள். ஒருவருக்கொருவர் விரோதிகளாக மோதிக் கொள்ளும் போதும் மோதல்களில் வெடிக்கும் சொற்களில் அவர்களுடைய வெளியீட்டுத்திறன் கோலம் கொள்வதை ரசிக்க முடியும்.

என்றாலும், பல மொழிகளிலும் அறிஞர், கலைஞர், கவிஞர் என்ற சொற்களெல்லாம் ஆண்களையே குறிக்கின்றன. 'வீரர்' என்ற சொல்லையே 'ஆண் சந்ததி' என்ற பொருளில் குறிப்பிடுகிறார்கள்.

இவளுக்கென்று விதவை (கைம் பெண்) சுமங்கலி, வ்யபிசாரி, வாழாவெட்டி போன்ற சொற்களே ஒதுக்கப் பட்டிருக்கின்றன.

பெண்களுக்குக் கல்வியும் அறிவும் உரிமையாக்கப் படவில்லை என்ற சமூக உண்மையைப் பெரும்பாலோரும் ஒத்துக் கொள்வதில்லை.

'வேதகாலத்தில் - பிரம்மவாதினிகள் இருந்திருக்கிறார்கள். ருஷிகளாகப் பல வேதப்பாடல்களை யாத்திருக்கிறார்கள்'என்று சுட்டிக் காட்டுகிறார்கள்.

இதே போல் தமிழன்பர்களும் 'சங்கப்பாடல்களை யாத்த பல பெண்பாற் புலவர்கள் இருக்கிறார்கள். ஔவையார் ஒருவர் போதுமே!' என்று சொல்லத் தவறுவதில்லை.

ஆனால் ஆராய்ந்து பார்த்தால், இது ஒரு பேச்சுக்கு ஆறுதலாக, சுட்டிக் காட்டுவதற்கு மட்டுமே சரியாக இருக்கும் என்றால் தவறில்லை.

வேதப்பாடல்களில் காணப்படும் பெண்கள் பற்றி, ஓர் ஐயக் கருத்தை 'வேத காலத்தில் பெண்கள்' என்ற தம் நூலில், டாக்டர்.சகுந்தலா ராவ் சாஸ்திரி முன் வைக்கிறார்.

1. முழுதுமாகப் பெண் ருஷிகளால் பாடப்பட்டவை.

2. உரையாடல்களில், பெண் பெயர்களில் வருபவை. 3. பெண் ருஷிகளின் பெயரில் (ஐயத்துக்குரியதாக) பாடப்பெற்றவை.

கோசா, அபாலா, லோமசா, ஸூர்யா (ஸாவித்ரி, ஜூஹீ) (பிரும்மா - பிருஹஸ்பதி மனைவி) ஸர்ப்பக்தி-யமி-ஊர்வசி என்றெல்லாம் பெயர்கள் காணப்பட்டாலும், மிகச் சிறப்பான இடத்தைப் பெறும் முக்கியத்துவத்தை எந்த ஒரு பெண் ருஷிக்கும் அளிப்பதற்கில்லை.

முதல் மண்டலத்தில் (1-23-15) அகஸ்தியரின் மனைவி லோப முத்ராவின் இரண்டு பாடல்கள் காணப்படுகின்றன. ரதி தேவதைக்குரிய துதிப்பாடல்.

'நெடுங்காலமாகத் தங்களுக்குத் தொண்டாற்றினேன்

....அல்லும் பகலுமாக... இடைவிடாது ...

காலையிலும் மாலையிலும்...... எனது அங்கங்கள் தளர்ந்தன

மூப்பும் வந்தடைந்தது.'

எனவே, இப்போது கணவன்மார் தங்கள் மனைவியரை நாடட்டும். தொன்மைச் சான்றோர், கடவுளர் சத்தியம் என்ற நெறியில் நிலைத்தவர். சந்ததிக்காக தங்கள் தவ வாழ்வின் நெறிகளைக் குலைக்காதவர், தம் மனைவியரை அணுகட்டும்.

தவ வாழ்வில் ஆழ்ந்துள்ள கணவரான அகத்திய முனிக்கு, தன் ஆசைகளையும் இளமையின் உந்துதல்களையும் அடக்கிக் கொண்டு, தொண்டூழியம் செய்த மனைவி லோபமுத்திரை, பொறுமையின் உச்சத்தில் நின்று உணர்வுகளை வெளிப்படுத்திய பாடல் அது.

பத்தாம் மண்டலத்தில் (X-11-17) ருஷிகா இந்திராணியின் பாடல் இடம் பெற்றிருக்கிறது.

இப்பாடல்கள், ஒரு மனைவி, தனக்குப் போட்டியாக முளைத்த இன்னொரு பெண்ணைத் தவிர்க்கப் பயன் பெறும் மந்திரப் பாடல்களாகக் கருதப்பட்டிருக்கின்றன.

இப்பாடல்களில் மேல்நோக்கிய இலைகளைக் கொண்ட மங்களமான ஒரு கொடி குறிக்கப்படுகிறது. இதைத் தோண்டி எடுப்பதனால், பெயரும் குறிக்க விரும்பாத அந்தப் போட்டிப் பெண்மணி விலகிப் போனாள். இந்த நாயகி ஒருத்தியைத் தவிர, அந்த நாயகனை வேறு எந்தப் பெண்ணாலும் மகிழ்விக்க முடியாது.

அக்கொடியின் வேரைத் தலையணைக்கடியில் வைத்துக்கொள்வதனால் இந்த நாயகிக்கே அவன் என்றும் உரியவனாக இருப்பான். ஒருவனைச் சார்ந்து புகழ் பெறவேண்டும் என்ற ஆண் நாயகக்கூறு, பெண்ணுக்குப் பெண் பகையையும் பொறாமையையும் தோற்றுவித்திருப்பதை இப்பாடல் விள்ளுகிறது.

மாமி-மருமகள் என்ற எதிர்ப்பைக் காட்டிலும் இந்தச் சக்களத்தி பகை மூத்ததாகும்.

'கோசா' என்ற ருஷிகா, பிரும்மவாதினி என்று குறிப்பிடப்படுகிறாள். இவள் 'காக்சிவன்' என்ற ருஷியின் மகள். இவள் ஒரு தீராத நோயினால் பீடிக்கப்பட்டு, வெகு நாட்கள் திருமணம் செய்து கொள்ள முடியாதவளாக இருந்தாள். இந்த நோய், அசுவினி தேவர்களின் மருத்துவத்தால் குணமாயிற்று. பின்னர் திருமணமும் செய்து கொண்டாள்.

அசுவினி தேவர்களின் மருத்துவத்திறனைப் புகழ்ந்து பாடும் இவள் பாடல்களே (X-3-10, X-3-11) பத்தாம் மண்டலத்தில் காணப்படுகின்றன.

ஸூர்யா, வாக் போன்ற பெண் தெய்வங்களே யாத்த பாடல்களாக அவர்கள் பெயரில் வரும் பாடல்கள் விளக்குகின்றன. யமன்-யமி-புரூரவஸ்-ஊர்வசி விவாதங்களில் காணப்படும் பெண்களின் உரைகள் அவர்களுக்கே உரியவையாகக் குறிக்கப்படுகின்றன. எனவே, பெண்கள் ஆண் ருஷிகளுக்குச் சமமாகப் பாடல்களை யாத்து, மேலாம் ஞானத்தை வெளிப்படுத்தியிருக்கிறார்கள் என்பது ஒரு வகையில் உயர்வு நவிற்சியாகவே தோன்றுகிறது.

சங்க இலக்கியங்களில் பல பெண்பாற்புலவர்கள் காணப்படுகிறார்கள். அள்ளூர் நன்முல்லையார்; இளவையினார், ஒக்கூர் மாசாத்தியார், ஔவையார், காக்கை பாடினியார், நச்செள்ளையார், காவற்பெண்டு, பாரிமகளிர், பூங்கண் உத்திரையார், பூதப்பாண்டியன் தேவி, பெருங்கோப்பெண்டு, பெருங்கோழி நாய்கன் மகள் நக்கண்ணையார், பேய்மகள் இளவெயினியார், மாறோக் கத்து நப்பசலையார், வெண்ணிக் குயத்தியார், வெறிபாடிய காமக்கண்ணியார்... என்று பட்டியல் நீண்டு செல்கிறது.

இப்பட்டியலில் காணப்படும் பெண்கள் அனைவரும் உயர் குடியைச் சேர்ந்தவரல்லர்-வேட்டுவர் குலம், குயவர் குலம் ஆகிய குடிகளில் பிறந்த பெண்களும் புலமை பெற்றிருக்கின்றனர் என்ற செய்தி நம்மைக் கவர்வதாக இருக்கிறது.

இவர்களுடைய பெயர்களுக்கு முன் காணப்படும் சிறப்புக் குறிப்பு இவர்கள் பாடலின் காரணமாக இசைந்ததாகும்.

பேய்மகள் இளவெயினி - போர்க்களத்தில் பேய்களை வியந்து பாடியவர் (புறம்-11) இவர் வேட்டுவர் குலம் என்று தெரிகிறது.

வெண்ணிக்குயத்தியார் - வெண்ணி - தஞ்சை மாவட்டத்தில் உள்ள ஊர். இவர் கரிகாலனைச் சிறப்பித்துப் பாடும் பாடலில், சமத்காரமாக பெருஞ்சேரலாதனைப் புகழ்கிறார் (புறம்-66). கடலில் இயங்கும் காற்றைக் கலம் செலுத்துதற்குப் பயன்படுத்தியவர், பண்டைத்தமிழர் என்று சிறப்பித்து, அத்தகைய மரபில் வந்த "கரிகால் வளவா உனக்குத் தோற்ற பெருஞ்சேரலாதன் உன்னாலுண்டாகிய புறப்புண்ணுக்கு நாணி, வடக்கிருந்து உயிர்விட்டான். உன்னைவிட அவன் புகழுக்குரியவன்.." என்று வீரத்தைப் பாடும் இவர் குயவர் மரபினைச் சேர்ந்தவர் என்றே பெயர் குறிக்கிறது.

அக்காலத்தில் சிறந்த வேட்கோவர்-மண்பாண்ட வினைஞருக்கு, கலைஞருக்கு, 'குயம்' என்ற பட்டம் தந்து சிறப்பித்தல் மரபு என்றும், பத்தாம் நூற்றாண்டு வரையிலும் இம்மரபு இருந்திருக்கிறதென்றும் தெரியவருகிறது. எனவே, குயம்-குயவர் குயத்தி என்பது கலைஞருக்குரிய ஒரு சிறப்புப் பட்டம் என்றும் கொள்ளலாம்.

அள்ளூர் நன்முல்லையார் என்ற பெண்பாற் புலவரின் பாடல்கள் குறுந்தொகை (9) அகம் (1) புறம் (1) ஆகியவற்றில் காணப்படுகின்றன. ஊரெல்லாம் தலைவனின் பரத்தைமை ஒழுக்கத்தைக் கூறித் தூற்றியபோதும் தலைவி தன் வாயால் அவனைக் குறைகூ-

றமாட்டாளாம்.'ஊரெல்லாம் உம்மைக் குறை கூறினாலும் நான் தூற்றமாட்டேன்; நீர் அங்கேயே செல்லலாம். உம்மைத் தடுப்பவர் இல்லை' என்று குமுறலுடன் அவள் சொல்வதாகப் பாடுகிறார்.

தலைவனைக் குறைகூறி வருத்திப் போராடாத இப்பண்பு அவள் கற்பின் திண்மையைக் காட்டுமாம்!

காக்கைபாடினியார் நச்செள்ளையார் குறுந்தொகை 210 ஆம் பாட்டில் காக்கை கரைந்தமையைப் பாராட்டிப் பாடியதால் இப்பெயர் பெற்றார். 'விருந்தினர் வரும்படி, கரைதலைச் செய்த காக்கை..' காகம் கரைந்தால் விருந்தினர் வருவர் என்ற நம்பிக்கை இன்றளவும் இருக்கிறது.

சங்ககாலப் பெண்பாற் புலவர்கள் பொதுவாக, மன்னர், வீரர், கொடைத்திறம் ஆகியவற்றையே பாடியிருக்கின்றனர். போர்-காதல், மகளிர் கற்பு ஆகிய வாழ்க்கைக் கூறுகள் முக்கியமாகக் கருதப்பட்டிருக்கின்றன.

பெண்டிரின் நிலைபற்றிக் குறிப்பிடுவதாக பூதப் பாண்டியன் தேவி பெருங்கோப்பெண்டு என்ற (அரசி) பெண்பாற் புலவரின் பாடல் விளங்குகிறது. 'கைம்மை கொடியது. எனவே, தன்னை உடன்காட்டை ஏற விட வேண்டும்' என்ற முறையீடாக இப்பாடல் அமைந்துள்ளது. இவர் அரசியல் அறிந்த அரசி என்பதால் உடன்கட்டை ஏறவேண்டாம் என்று தடுத்தவரை மறுத்து, உடன்கட்டை ஏறினார் என்று தெரிய வருகிறது.

ஔவையார் தமிழுலகம் மிக நன்கறிந்த பெண்பாற் புலவர் என்றாலும், சங்ககால ஔவையாரும், ஆத்திசூடி, வாக்குண்டாம், கொன்றைவேந்தன், போன்ற நீதி நூல்களைப் பாடிய ஔவையாரும் ஒருவரேயல்லர் என்பது தெளிவு இருந்தாலும், நெடுநாள் வாழக்கூடிய நெல்லிக் கனியை அதியமான நெடுமானஞ்சி இவருக்கு வழங்கினான் என்றும், அதனால் இவர் யோகினியாகப் பல நூறு ஆண்டுகள் வாழ்ந்து பாடினார் என்றும் சொல்வாருண்டு.

சிறந்த பெண்பாற்புலவர் பலர் ஔவை என்ற பெயரால் வழங்கப் பெற்றிருத்தல் என்றும் ஊகிக்கலாம். தமிழ் நாட்டில் இப்பெருமாட்டிக்குப் பல இடங்களில் கோயில்களும் இருக்கின்றன. இவரைப் பற்றிய பல செய்திகளையும் ஒன்றாக இணைத்து சுமார் நாற்பது ஆண்டுகளுக்கு முன்பு, 'ஔவையார்' என்றொரு திரைப்படம் வெளியாயிற்று.

புறநானூற்றில்,

'சிறியகட் பெறினே யெமக்கீயு மன்னே
பெரியகட் பெறினே, யாம் பாடத் தான் மகிழ்ந்துண்ணு
மன்னே...'

என்று அதியமான் நெடுமானஞ்சியின் பெருந்தன்மையைப் புகழ்ந்து பாடிய காலம் வேறு.

'மன்னனும் மாசறக் கற்றோனும் சீர்தூக்கின்
மன்னிற் கற்றோன் சிறப்புடையன் - மன்னனுக்குத்
தன்தேச மல்லாமற் சிறப்பில்லை; கற்றோர்க்கு
சென்றவிட மெல்லாம் சிறப்பு'

என்று பாடப்பட்ட காலம் வேறு.

'வள்ளுவரைப் பற்றியும் இளங்கோவடிகள் பற்றியும் படித்த புலவர் பெருமக்களே அறிவர். ஆனால் இந்தத் தமிழ் நாட்டில் ஔவையின் நீதி வாக்கியங்களே யாவரையும் வழிப்படுத்-

துகின்றன. வள்ளுவர் அறம், பொருள், இன்பம் என்ற முப்பாலையும் 1330 குறட்பாக்களில் அடக்கினார் என்று பாராட்டப்படுகிறார். ஆனால் வீடு என்ற நான்காம் பேற்றையும் உள்ளடக்கி ஔவைப் பிராட்டி நான்கே வரிகளில், 'ஈதலறம்; தீவினை விட்டீட்டல் பொருள்; காதலிருவர் கருத்தொருமித்து ஆதரவு பட்டதே இன்பம்; இம்மூன்றும் விட்டதே வீடு' என்று பாடியுள்ளார். இதனைப் பாரதியும் பாராட்டியுள்ளார். 'கற்பெனப்படுவது சொற்றிறம்பாமை' என்று புதிய விளக்கம் கொடுக்கும், இப் பெருமாட்டி, 'பேதைமை என்பது மாதர்க்கணிகலம் என்றும், தையல் சொற்கேளேல்' என்றும் கூறியிருப்பாரோ? அல்லது இது இடைச்செருகலோ? எவ்வாறாயினும், பாரதி புதிய ஆத்திச்சூடியில்; பழைய தையல் சொற் கேளேல், '(பெண்வழிச் சேரேல்) என்ற வரியை நீக்கி மாற்றி, 'தையலை உயர்வு செய்' என்று கூறினார்.

பொதுவாகவே, எல்லாக் குடிகளைச் சார்ந்த பெண்பாற் புலவர்களும் அக்காலத்தில், வீரம் என்பது ஆண்களுக்கே உகந்தது, 'வீரர்' என்பவர் ஆண் சந்ததியினரே (புறம்-279) என்ற புலவர், ஒரு முது குடி மகளின் வீரச் செயலைப் பற்றிப் பாடுமிடத்து, 'முதல் நாள் தந்தையை இழந்தாள்; அடுத்த நாள் கணவனை இழந்தாள்; எனினும் கலங்காது, தன் பிஞ்சுப் பாலகனுக்கு முடி திருத்தி, கச்சையணிவித்து, கையில் வேலைக் கொடுத்து அன்றைய போருக்கு அனுப்பினாள்' என்று பாடுகிறார். அந்த வீரமகள் தானே கையில் வேலெடுத்துச் செல்லவில்லை. பெண்கள் போர்ப் பாசறைகளில் இருந்தனர். அவர்கள் யாவர்?

அக்கால விறலியர், மன்னரையும் போர்த் தலைவர்களையும் களிப்பிப்பவர்கள். பதிற்றுப்பத்து (44:7-8) செங்குட்டுவன் பாணர் கூட்டத்தில் வந்த பாடுமகளைத் தழுவி இன்புற்றான் என்று தெரிவிக்கிறது. விழாக் காலத்தில் நடனமாட வந்த விறலியின் அழகைக் கண்ட ஊர்ப் பெண்கள், தத்தம் கணவரைக் காப்பாற்றிக் கொள்ள முனைந்தார்கள் என்று (நற்றிணை) (170: 5-8-9) வேறொரு பாடல் கூறுகிறது.

எனவே, சமுதாயத்தில் சரிசமமான கௌரவத்துடன் பெண்கள் அறிவுடையவர்களாக மதிக்கப் பெற்றார்கள் என்பதைத் திட்டவட்டமாகக் கூற முடியவில்லை.

கைம்மைக் கொடுமையை ஏற்க இயலாமல் தீப்புக முடிவு செய்த அரசியினால், கைம்மைக் கொடுமையின் அநீதியை எதிர்க்க முடியவில்லை. வேதத்தில் காணப்படும் சார்ந்து வாழும் தந்தை நாயக நீதிகளே இங்கு ஆழ்ந்திருக்கின்றன. சிலப்பதிகாரம் சங்க நூல்களுக்குப் பிற்பட்டது என்று கருத்துரைக்கப்பட்டாலும், சங்க இலக்கியங்களின் தொடர்புடையதாகவே இருக்கிறது.

இந்தக் காப்பியத்தில் நம்மைக் கண்ணகியின் பாத்திரப் படைப்பே அதிகமாகக் கவருகிறது.

இவள் ஏதும் அறியாத சிறுமியாகவே இருக்கிறாள். கணவன் மாதவியிடம் செல்வங்களைத் தோற்று விட்டுத் திரும்பிய போது, அவள் அந்த அநீதியைப் பற்றி ஒரு சொல் எழுப்பவில்லை. கணவனோடு புறப்பட்டுக் கல்லும் முள்ளும் நிறைந்த கானக வழியில் நடந்து மதுரைக்கு வருகிறாள். இங்கே வந்து, கணவன் கொலையுண்டான் என்ற செய்தி வந்த பிறகுதான் இவள் விசுவரூபம் எடுக்கிறாள்.

ஒன்றுமே அறிந்திராதவளாகக் காட்டப்பட்ட இப் பெண், அரசன் முன் சென்று நீதி கேட்கும் ஆங்காரியாகிறாள். அரசன் தன் தவறை உணர்ந்து அக்கணமே உயிரை விட்ட

பின்னரும், அவன் பத்தினி உயிரை விட்ட பின்னரும் அவள் சீற்றம் தணியவில்லையாம்.

'தன் இடமுலை கையால் திருகி, மதுரை வலமுறை மும்முறை வாரா அமைந்து, மட்டார் மறுகின் மணிமுலையை வட்டித்து விட்டாள், எறிந்தாள்'-

என்று சிலப்பதிகாரம் விரிக்கிறது. இது ஓர் அதீதமான செயலாகவே இருக்கிறது.

பெண்மையின் - தாய்மைக்குரிய அடையாளமான உறுப்பைத் திருகி எறிந்து சூளுரை செய்யும் இச்செயல், அபூர்வமானதாக, அறிவுக்கும் பொருந்தாததாகவே தோன்றுகிறது.

'சங்ககால மன்னர் காலநிலை வரலாறு' என்ற நூலில் அதன் ஆசிரியர் வி. புருஷோத்தம், இந்த வழக்கத்தைப் பற்றிக் குறிப்பிடுகிறார். இவ்வழக்கம் 'திவ்ய வதனா, ஜாதக மாலா' என்ற பௌத்த நூல்களில் காணப்படுவதாகத் தெரிவிக்கிறார்.

தன்னைப் பிரிந்த கணவனின் கவலையில் வாடி வருந்திய மாவுண்ணி என்ற பெண், இப்படி ஒரு மார்பகத்தைக் கொய்து கொண்டாள் என்றும், காலப் போக்கில் அவள் கடவுளாக வணங்கப்பட்டாள் என்றும், அவளுக்கு வேங்கை மர நிழலில் கழனிகளில், பரண்களில் கோயில்கள் அமைக்கப்பட்டன என்றும் நற்றிணைப்பாடல் ஒன்றை மேற்கோள் காட்டுகிறார்.

திருமாவுண்ணி என்ற அந்தப் பெண்ணின் வரலாறும்,

ஆவியர் குடித் தலைவன் பேகன் என்பவன் தன் மனைவி கண்ணகியைத் துறந்து, ஒரு பரத்தையுடன் வாழ்ந்ததும் (புறம் 143-147) சிலப்பதிகாரம் உருவாகச் செய்திகளாக உதவியிருக்கின்றன என்று அவர் குறிப்பிடுகிறார்.

கட்டியவளுக்கு அநீதி செய்வது கணவனின் உரிமை; ஆனால் கணவனுக்கு அநீதி என்று வரும்போது, அவள் இயற்கையின் சீற்றத்தையே எழுப்பி விடுமளவுக்குப் பொங்கெழுச்சி கொள்கிறாள். இந்தக் கற்பு வழிபாட்டுக்குரியது.

கற்பு நெறி என்பது, நூற்றாண்டுகள் மனித சமுதாயத்தின் உயிரோட்டமான இழைகளை ஊடுருவி மகளிரின் மனித உரிமைகளைப் பிணிப்பது தெரியாமல் பிணிக்கச் செய்த வரலாறுகள் இவை.

9. நாயகரைப் பாடிப் பரவிய நாயகியர்

நூற்றாண்டுகளுக்குப் பெண் தனக்குத் தூலமாகவும் சூக்குமமாகவும் விதிக்கப்பட்ட தளைகளைத் தகர்த்தெழும்புவது சாத்தியமல்லாத முயற்சியாகவே தீர்ந்து விட்டது.

அறிவுமலர்ச்சியும் குடும்பக் கடமையும் இவளுக்கு ஒன்றாக இசையாத வாழ்க்கையே விதிக்கப்பட்டு விட்டது. இறுகப் போடப்பட்ட முடிச்சை அறுத்து விடுதலை பெறுவதைவிட, முடிச்சை அதன் போக்கில் தளரச் செய்து அவிழ்த்து விடுதலைக் காற்றை நுகரமுற்படுவது ஓரளவுக்கு இயல்போடிணைந்த செயலாகிறது.

பெண், மாண்ட கணவனுடன் சிதையில் எரிக்கப்பட்டாள்; முண்டிதம் செய்யப்பட்டுக் கட்டாயத் துறவில் ஒடுக்கப் பட்டாள்.

இல்லையேல் அவள் பொது மகளாகச் சீரழிக்கப் பட்டாள். இந்த இரண்டாம் நிலையில் அவளுக்கு அறிவுக் கண் சிறிது திறக்கப்பட்டதால் ஓர் ஆசுவாசம் கிடைத்தது. தன் துயரங்களை வெளியிட்டுக் கொள்ளக் கூடிய சாத்தியக் கூறுகள் ஏற்பட்டன.

ஆனால் முதல் நிலைக் குடும்பக் கூடும்-இரண்டாம் நிலை பொது மகள் அறிவு பெறும் வாய்ப்பும் ஒரு நாளும் இசைந்து விடாதபடி சமூகம் விழிப்புடன் இருந்தது.

அவள் கற்பரசி. கணவரைச் சார்ந்துதான் மேன்மை பெறலாம். உடல் சார்ந்த போக உணர்வுகளை அவள் வெளிப்படுத்தும் போது அது கட்டிய கணவரைச் சார்ந்து தான் இருக்க வேண்டும். கடவுளையே நாயகனாக அவள் வரித்தாலும் அது அவளுக்கு இழுக்குத்தான். தெய்வத்தைத் தொழாமல் கணவனையே தொழுது, தெய்வமாக்குபவள் அவள்.

ஆண் பக்தர்கள். இத்தகைய கற்புக் கோட்பாட்டுக்குள் புழுங்க வேண்டியதில்லை. ஒரே ஒரு நாயகன் - புருஷோத்தமனான காதலனை எண்ணி, உருகி உருகிப் பக்தி செய்து பாடலாம். இறைவனுடன் கூடல் வேண்டி, தங்களைப் பெண்ணாகப் பாவித்துக் கொண்டு, உணர்ச்சி வசப்பட்டுத் திரியலாம். தடையில்லை. பெண் அவ்வாறு உணர்ச்சி மிகுந்து பக்தியில் கனிந்து பாடும்போது, ஒரு வகையில் தன் கூட்டுக்குள்ளிருந்தே புரட்சிக் குரல் கொடுப்பதாகக் கருத வேண்டி இருக்கிறது.

இந்திய மொழிகள் அனைத்திலும் பக்தி இலக்கியத்தைச் செழுமைப் படுத்திய சான்றோர் பலர் தம் பாடல்களாலும் காவியங்களாலும் அழியாப் புகழ் பெற்றிருக்கின்றனர்.

தமிழில் சிவபக்தச் செல்வர்களான நாயன்மார்களும் வைணவ பக்தர்களான ஆழ்வார்களும், இஸ்லாம் வளர்த்த இறையடியார்களும், கிறிஸ்தவம் சார்ந்த சான்றோர்களும், பக்தி இலக்கியங்களுக்கு உரியவர்களாகத் திகழ்கின்றனர்.

அறுபத்து மூன்று நாயன்மார்களில் ஒருவராகக் காரைக்கால் அம்மையார் இடம் பெற்றுள்ளார். தமிழில், பக்தி இலக்கியம் என்று வரும்போது, முதலாவதாகக் குறிப்பிடப்படும் பெண்பாற்புலவர் இவர். இவருடைய அற்புதத் திருவந்தாதி, இரட்டை மணிமாலை, மூத்த திருப்பதிகங்கள் ஆகியவை பதினோராந்திருமறையில் சேர்க்கப்பட்டுள்ளன. பொதுவாக, பெண்களுடைய வெளிப்பாடாக ஓர் இலக்கியம் உருவாகும்போது, அது உடல்பரமான உணர்வுகளைச் சார்ந்தே முகிழ்க்கிறது என்பது ஓரளவு உண்மையாக இருக்கிறது.

ஆனால் காரைக்காலம்மையின் பாடல்களை அப்படிச் சொல்வதற்கில்லை. 'காரைக்கால்' என்ற ஊர்ப் பெயரைச் சேர்ந்தவளாகக் குறிக்கப்பெறும் இவ்வம்மையின் இயற் பெயர் புனிதவதி.

இவர் ஆறாம் நூற்றாண்டுக்கு உரியவராகக் கருதப்படுகிறார். சமணம் பரவித் தென்னாட்டில் ஆதிக்கம் பெற்ற நிலையில், ஒருபுறம், வேதப்பிராம்மணச் செல்வாக்கும் வலிமை பெற்றிருந்த சூழலில், அதற்கு எதிராக, சைவம் என்ற பக்திக் கொள்கை மக்கள் செல்வாக்கைப் பரவலாகப் பெற்று வந்த காலம் அது.

சிலப்பதிகாரக் காப்பியச் செல்வியைப் போல், புனிதவதி வணிக குலத்தில் தோன்றியவர். தனதத்தன் என்ற பெரு வணிகனின் ஒரே செல்வியாக உதித்தவர். பொதுவாகப் பெருவணிகர், சமணம் சார்ந்தவராக இருப்பதை இன்றளவும் காண்கிறோம்.

புனிதவதியார் எந்தப் பின்னணியில் தீவிர சிவபக்தச் செல்வியாக இளம்பருவத்திலேயே உருவானார் என்பதெல்லாம் புரியவில்லை. ஆனால் தன்னை ஒத்த தோழிகளுடன் விளையாடிய பருவத்திலேயே அவர் சிவபெருமானின் பல்வேறு நாமங்களைச் சொல்லியே ஆடினார் என்று கூறப்படுகிறது.

புனிதவதி காரைக்காலில் பிறந்தவர்; ஆனால் நாகைப் பட்டினத்தைச் சார்ந்த பெரு-வணிகனின் மகன் பரமதத்தனுக்கு அவர் மணமுடிக்கப் பெற்றாலும், காரைக் காலை விட்டு அவர், மணாளனின் ஊருக்கு, புக்ககத்துக்குச் செல்லவில்லையாம். ஒரே மகளா-தலால்,அவளை ஊரை விட்டு அனுப்பாமல் அருகிலேயே வசதியானதோர் இல்லத்தில் மகளும் மருமகனும் வாழச் செய்கிறார் தந்தை.

உள்ளூரிலேயே மருமகனுக்கு ஒரு கடையும் அமைத்துக் கொடுத்ததாகக் கொள்ளலாம்.

புனிதவதியின் சிவபக்தி, அவருடைய இல்வாழ்கையில் இருந்து விடுபடக் காரணமாகி-றது. கணவருக்குக் கட்டுப்பட்ட, கற்பு நெறி வழுவாத ஒரு பெண், கணவருக்கு எதிர்ப்பே காட்டுவதுபோல சிவபக்தியில் மனம் செலுத்தி, சிவனடியாரை வீட்டில் வரவேற்று விருந்த-ளித்துக் கடமை யாற்றினார் என்ற முரண்பாடு வலிமை பெற்றிருக்கிறது.

பக்தியைப் பரப்பும் சமய இலக்கியங்களில், அடியார்களின் வரலாறுகளில், அற்புதங்கள் பலவும், நிகழ்ந்ததாகவே காணப்படுகின்றன. மக்கள் அவற்றை நம்பினார்கள். இருபத்தொன்-றாம் நூற்றாண்டை எட்டிப் பிடிக்கும், இந்த அறிவியல் சாதனைகளைப் பெற்ற நிலையிலும் அற்புதங்கள் நம்பப்படுகின்றன.

குறிப்பிட்ட ஒரு சமயப் பிரிவுக்குள் மக்களை ஈர்த்து நிலைநிறுத்த அற்புதங்கள் பயன்ப-டுகின்றன. உலக வாழ்க்கையில் துன்பங்களும் சிக்கல்களும் மனித சமுதாயத்தை நெருக்க-டிகளில் தள்ளிவிட்ட நிலையில் அற்புதங்கள் மக்கள் கவனங்களைத் திசை திருப்ப வல்ல-வையாக இருக்கின்றன.

அற்புத வரலாறு இதுதான்.

புனிதவதியின் கணவன் பரமதத்தன் ஒரு நாட் காலையில், தன் வாணிபத் தலத்திலி-ருந்து, இரண்டு மாங்கனிகளைத் தன் வீட்டுக்கு அனுப்பியிருந்தான். நண்பகலுக்குத் தான் உணவு கொள்ள வரும் நேரத்தில், மனைவி தனக்கு அதைப் படைப்பாள் என்று எதிர்-பார்த்தான்.

கணவன் உணவு கொள்ள வருமுன், ஒரு சிவனடியார் புனிதவதியின் வீட்டுக்கு வந்தார். புனிதவதி உடனே அவரை வரவேற்று உபசரித்து, அமுது படைத்தாள். அந்த நேரத்தில் அவள் சோறு மட்டுமே சமைத்திருந்தாள். எனவே அந்தச் சோற்றுடன் கணவன் அனுப்பி-யிருந்த ஒரு மாங்கனியையும் அவருக்குப் படைத்தாள். சிவனடியார் பசியாறிப் போய் விட்-டார்.

நண்பகலில் கணவன் உணவு கொள்ள வந்தான். எஞ்சியிருந்த மாங்கனியுடன் புனிதவதி கணவனுக்கு அமுது படைத்தாள். ‘‘மாங்கனி அதிகச்சுவையாக இருக்கிறது. இன்னொரு பழத்தையும் போடு’’ என்றான் கணவன்.

இந்த இடத்தில், சிவனடியாருக்குப் படைத்த உண்மையை அவள் கணவனிடம் தெரி-வித்திருக்கலாம். கணவன் அதை ஆமோதிக்க மாட்டான் என்ற அச்சம் இவளை அலைக்-கழிப்பானேன்?

ஒரு கால் அவன் சமணம் சார்ந்தவனோ? இல்லையேல் எந்த ஒரு சிறு காரியமும் கணவன் சொற் கேளாமல் அவள் செய்யலாகாது என்ற உறுத்தலோ?

மனைவி கணவனின் அநுமதியில்லாமல் சிவனடி யாருக்கு உணவு படைத்தது தண்-டனைக்குரிய குற்றமோ?

எப்படியோ-பேதை நடுநடுங்கிப் போனாள்.

எனவே, அஞ்சிய புனிதவதி, சமையலறையில் இருந்த படியே, சிவனைத் தொழுது இறைஞ்சினாள். அவள் கையில் அற்புதமாய் அதே போல் ஒரு மாங்கனி கிடைத்தது. அதைக் கொண்டு வந்து கணவனுக்குப் பரிமாறினாள். கணவன் அதை உண்டான். அத்துடன் பிரச்னை தீர்ந்துவிட வேண்டுமே? தீரவில்லை.

"இரண்டும் ஒரே மரத்துக் கனிகள்தாமே? இது மட்டும் எப்படி இவ்வளவு சுவை மிகுந்ததாக இருக்கிறது? நான் அனுப்பிய கனியா இது?" என்று கேட்டு விட்டான்.

இளம் மனைவி நடு நடுங்கி உண்மையைக் கூறி விட்டாள். அவனால் நம்ப முடியவில்லை. ஆச்சரியப்பட்டு, "அப்படியா? நீ இப்போது, அது போல் இன்னொரு பழம் வரவழை பார்க்கிறேன்!" என்றான். அவள் கண்ணிர் மல்க, சிவனைத் தொழுது வேண்டினாள். ஆச்சரியமாய் அவள் கையில் ஒரு கனி வந்தது. அதை அவன் கையில் கொடுத்தாள். ஆனால்... அவன் கையில் விழுமுன் அது மறைந்து போயிற்று!

முதலிலேயே, சிவனடியாருக்குக் கணவன் வாக்கில்லாமல் உணவு படைத்ததன் தண்டனை போல் அவன் கடிந்து கொண்டான் என்று 'கதை' வரவில்லை. ஆனால் 'குற்றமோ' என்று அவள் உண்மை மறைத்து, தெய்வத்தின் அருள் வேண்டினாள் என்று அற்புதம் நுழைக்கப் பெறுகிறது. சிவனை வழிபடு கடவுளாகக் கொண்டு, அவள் குடும்ப வாழ்வை விட்டுச் சென்றாள் என்றால், 'கற்புடைய பெண்ணுக்கு அது இழுக்காகிறது.' மேலும் இவளை முன்னோடியாகக் கொண்டு, கணவனிடம் துன்புறும் பெண்கள் சிவனே தஞ்சம் என்று புறப்பட்டால், சிவபக்தியும் கூடப் பழுது பட்டதாகி விடுமே?

எனவே, அற்புதம் நிகழ்த்தப்படுகிறது.

கணவன், "ஓ, இவள் சாதாரணப் பெண் அல்ல, இவள் தேவதையோ, யஷிணியோ, யரோ!" என்று அஞ்சினானாம். அது மட்டுமன்று. அப்படியே வீட்டை விட்டு நழுவி, கடலில் கலம் ஏறிச்சென்று வேறு ஒரு கரையில் இறங்கி, பாண்டிநாட்டுத் தலைநகர் மதுரைக்குச் சென்று புதிய வாணிபம் தொடங்கினான் என்று வரலாறு கூறுகிறது.

கணவன் அகன்றபின், ஒன்றும் புரியாத புனிதவதி, வீட்டினுள் ஒடுங்கிச் சிவபெருமானைத் தொழுதவளாய் நாட்களைக் கழித்தாள். அப்போது, மதுரை சென்று வந்த வணிகர் கூட்டத்தின் வாயிலாகச் செய்திகள் இவளை எட்டின.

பரமதத்தன் வேறு ஒரு பெண்ணை மணந்து கொண்டிருக்கிறான். அவனுக்கு ஒரு பெண் குழந்தை பிறந்திருக்கிறது. அக்குழந்தைக்கு அவள் நினைவாகப் 'புனிதவதி' என்று பெயரிட்டிருக்கிறான்.

கணவன் வெறுத்தாலும், மனைவி அவன் நிழலை விட்டு ஒதுங்கலாமா? எனவே அவளைக் கணவரிடம் அழைத்துச் சென்றனர்.

ஆனால் அந்தக் கணவன் அவளைத் தன் மனைவியாக, தனக்கு அடங்க வேண்டியவளாகக் கருதவில்லை.

தன் மனைவியுடனும், மகளுடனும் அவளுடைய அடிகளில் பணிந்து ஆசி கூற வேண்டினான்.

புனிதவதி என்ன செய்வாள்?

சிவபக்தி, அவளுக்கு உலகில் வாழ்க்கை இல்லை என்று நிர்ணயித்து விட்டது.

இந்த நிலையில், அவள் சிவனைத் தொழுது, பரமதத்தனுக்கு உரிமையான அவ்வுடலை இளமையை, அழகிய உருவைத் துறந்து, சிவனின் பக்திக்குகந்த பேயுரு தனக்கு வேண்டும் என்று இறைஞ்சினாள் என்றும் அனைவரும் கண்டு நிற்கையிலேயே அவள் பேயுருவானாள் என்றும் கூறப்படுகிறது. பூமியில் ஓராடவனுக்குத் திருமண விதிப்படி உரிமையான பிறகு, அந்தப் பெண், ஆண்டவனுக்கும் கூடத் தன் உடலை உரிமையாக்க முடியாது என்ற கற்பி-யல் மிக அழுத்தமாக இந்த வரலாற்றில் அறிவுறுத்தப்படுகிறது.

இதே போல் தமிழ் மூதாட்டி ஔவை பற்றிய வரலாற்றிலும், ஔவை தனக்கு மண்-ணுலகபரபான குடும்ப வாழ்வு வேண்டாம் என்று, முதுமையைத் தெய்வ வரமாகக் கேட்டுப் பெற்றாள் என்று கூறப்படுகிறது.

ஓராண், மனைவி மக்களுடன் குடும்ப வாழ்வில் ஈடுபட்டு - ஆன்மீக ஏற்றம் பெற முடியும். அவன் குடும்பம் துறந்து கானகமேகித் தவநெறியில் நின்றாலும் அவன் அழகும் இளமையும் அதற்குத் தடையில்லை. ஆனால், பெண்ணுக்கு ஆன்மீக-துறவு வாழ்வே அந்நியமானது, இயல்புக்கு மாறானது. எனவே அற்புதமாகவோ, எப்படியோ அவள் தன் இளமை மேனி அழகு எல்லாவற்றையும் துறக்க வேண்டும். அவளுடைய இளமை-மேனி நலம் இரண்டுக்கும் அவள் தானே உரியவளாக இருக்க முடியாது.

இவள் பேயுருவாகவே, தலையால் நகர்ந்து திருக்கயிலையை அடைந்தாள் என்றும், இறைவன் இவளை 'அம்மையே' என்றழைத்து அருளினான் என்றும் வரலாறு, அறிவுக்கு ஒப்பாத அற்புதமாகவே விரிக்கிறது.

இவருடைய பாடல்கள் - அற்புதத் திருவந்தாதி - இரட்டை மணி மாலை, திருவாலங் காட்டு மூத்த திருப்பதிகம் - மூத்த திருப்பதிகம் - என்பவை. இவற்றில், யாக்கை விடுத்து, சுடுகாட்டில் நடமிடும் சிவனின் பேய்க் கணங்களில் ஒன்றாகிக் களிப்பதான ஓர் இலட்சிய முனைப்பும், அந்த வெற்றியும் தவிர, வேறு, உலகியல் சிந்தனைகளோ, வாழ்க்கை பற்றிய குறிப்போ இல்லை.

ஒரு சாதாரணமான பெண், வெளி உலகம் தெரியாத கற்புடைய மனைவி, பக்தி உணர்-வால் மட்டுமே, மொழியிலும், இலக்கிய அறிவிலும் இப்பாடல்களைப் புனைந்தார் என்பதும் நூற்றுக்கு நூறாக ஒப்புவதற்கில்லை.

மொழிப்பயிற்சி, புலமை, சிவனடியார் சங்கம், ஆன்மிகக் கருத்துக்களின் பரிசயம் இவை முற்றிலுமாக வரலாற்றில் புறக்கணிக்கப்படுகிறது. ஒரு பெண்ணின் வெளியீட்டில், குடும்பம், கணவன், மக்கள், சமையல், என்ற அன்றாட வாழ்வின் பிரதிபலிப்புத்தான் முதன்மை பெறு-வது இயல்பாக இருந்து வந்திருக்கிறது.ஆண்டாள், அக்கமா தேவி, மீராபாய் ஆகியோரின் பாடல்களில், பெண்களுக்கே உரிய இந்த இயல்புதான் இறைவனின் மீதான ஆறாக்காத-லாக, வெளிப்பட்டிருக்கின்றன.

வேதப்பாடல்களைப் பார்த்தாலும், பெண்ரு ஷிகாலோபமுத்திரை, எத்தனை காலம் நான் தவம் புரியும் முனிகணவருக்குத் தொண்டாற்றினேன்! எனது இளமை போய் முதுமை வந்-தெய்தியது! கணவன் மார்களே! உங்கள் சந்ததிக்காக வேனும் தவநிலையை மீறி மனை-வியை அணுகுங்கள்? என்ற தவிப்பாகத்தான் வெளிப்படுகிறது.

காரைக்காலம்மை, பேயுருவையும், திருவாலங்காட்டுச் சூழலையும் உயிர்த்துடிப்புடன் சித்திரிக்கும் திறன் பெற்றிருக்கிறார். அது, அழகியலைக் காட்டிலும், ஒருவித அச்சமூட்டும் - உலகே மாயம் என்ற கொள்கையில் அழிவில் ஆனந்தம் காணும் இறை தத்துவத்தைக் குறிப்பாக்குகிறது.

காரைக்காலம்மை, கடல்கடந்த கிழக்கு நாடுகளில் சைவம் சென்ற பிரதேசங்களில் தெய்வத்துக்குரிய போற்றுதலுடன் வழிபடப்பெறுகிறார். இவர் வரலாறும், பதிகங்களும், இயல்புக்கு ஒட்டாத அற்புதங்களாகவே விரிந்திருக்கின்றன எனலாம்.

பக்தி பரவசமாகிய உணர்ச்சிப் பெருக்கு அக்காலத்தில் பெண்ணின் விடுலைக்குரல் என்றே சொல்லலாம்.

ஆனால் காரைக்காலம்மையின் வரலாறு, அவருடைய பாடல்களில் ஒரு பெண்ணுக்கே உரிய அநுபவ உணர்ச்சிகளாகப் பிரதிபலிக்கவில்லை. எழுத்துப் படிப்பும் ஆன்மீக ஞானமும், நான்கு சுவர்களுக்குள் , கணவனுக்கு அஞ்சி உண்மை மறைத்து, அற்புதத்தில் உயிர்த்த பெண்ணுக்கு எப்படிக் கூடியது?

எவ்வாறாயினும், அற்புதப்பதிகம், மூத்தபதிகம் என்ற சிறப்பைப் பெற்றிருப்பதும், பதினோராம் திருமறையில் இடம் பெற்றிருப்பதும் குறிப்பிடத்தக்கதாகும்.

தமிழில், இத்தகைய ஞானச் செல்வரின் உண்மை வரலாறுகள், சமய அற்புதப் போர்வைக்குள் உருத் தெரியாமலே அழுத்தப்பட்டுவிட்டது ஒரு வகையில் துர்ப் பாக்கியம் தான்.

II

ஆண்டாள்...

சூடிக் கொடுத்த சுடர்க் கொடி....

கோதை நாச்சியார்...

பூமாலை மட்டுமின்றி பாமாலையும் புனைந்து கொடுத்த திருமகள்.

இந்தப் பெருமகள் மண்ணில் உலாவிய காலம் எட்டாம் நூற்றாண்டின் இடைப்பட்ட பகுதி என்று வரலாற்றறிஞர் கணிக்கின்றனர்.

வடநாட்டிலே உதித்த மீரா இன்னும் எட்டு நூற்றாண்டுகள் பிற்பட்டவர். மீரா அரச குடும்பத்தில் பிறந்து, அரச குடும்பத்தில் வாழ்க்கைப் பட்டு, கண்ணனையே நாயகனாகக் கருதி, தன்னை அவனுக்கு ஆட்படுத்தியவள். அதன் காரணமாக அவள் அடைந்த துன்பங்கள் அனைத்தையும், கண்ணனின் பால் ஆழ்ந்த காதலாக்கிக் கொண்டவர். அந்த வேதனைகளும் தவிப்புகளும், விடுதலை பெற்றுப் பேரானந்தத்தில் இலயிக்கத்துடிக்கும் ஆன்மாவின் தவிப்பாகப் பாடல்களில் பிரதிபலிக்கின்றன.

ஆனால், ஆண்டாளின் பிறப்பே, சீதை எனும் காவிய நாயகியின் பிறப்பைப் போன்ற மருமமாக இருக்கிறது. சீதை காவிய நாயகி எனவே ஆராய்ச்சிக்கு அப்பாற்பட்ட விஷயம் என்று விட்டுவிடலாம். ஆனால் இந்தக் கோதையோ, திருப்பாவை முப்பது பாசுரங்களையும் நாச்சியார் திருமொழி 143 பாசுரங்களையும் அருளிச் செய்த பெருமாட்டி. இவள் மண்ணிலே உலவி, அக்கால வழ்வைத் தன் பாசுரங்களில் பிரதிபலிக்கச் செய்தவள். கண்ணனையே எண்ணி மறுகித் தன் உணர்வுகளை அழகு தமிழில் பாசுரங்களாக வடித்த இவள், ஒரு

தாய்க்கும் தகப்பனுக்கும் பிறந்த உயிரும் உடலுமான பெண்தான்.

ஆனால், இவள் வரலாறோ, புராண மரபுகளில் புதைந்து போயிருக்கின்றன என்றால் தவறில்லை. கட்டுக் கதைகளைப் போல் விரிக்கப்பட்டிருக்கிறது.

இப்பெண் - இறைவனின் திருமார்பில் உரையும் பிராட்டியின் அம்சமாகத் திருவவதாரம் செய்தவள் என்றும், துளசிச் செடிகளுக்கு நடுவே கிடந்தாள் என்றும், திருவில்லிப் புத்தூர் கோயிலில் உறையும் பெருமாளுக்கு மலர்களும் மாலைகளும் கொண்டு செல்லும் பணியைச் செய்து வந்த விஷ்ணு சித்தராகிய பெரியாழ்வார் இந்த மகவைக் கண்டெடுத்துப் புதல்வியாக வளர்த்தார் என்றும் சொல்லப் படுகிறது. இவளைக் கண்டெடுத்த நாளையே கணக்கிட்டு, 'ஆடிப்பூரம்' இவள் திருவவதார நாளென்றும் கொண்டாடப்படுகிறது.

ஒரு பெண் மகவு, தாயால் அநாதையாக விடப்பட வேண்டுமென்றால், தந்தை என்று முறையாகச் சொல்லிக் கொள்ளத் திருமணம் இல்லாத நிலையில் ஒருத்திக்குப் பிறந்திருக்க வேண்டும்; இல்லையேல், அவள் கணவன் என்ற ஒருவன் இருந்தும் அந்தக் கூட்டுக்கு வெளியே வேறொருவன் உறவால் பெற்ற மகவாக இருந்திருக்க வேண்டும். எவ்வாறாயினும், அந்தத் தாய்-மகள் தொடர்பு, சமுதாயம் ஒப்புக் கொள்ளாத நிலை என்பது வெளிப்படை. இந்த உண்மை, திருவவதாரம் என்ற மருமத்தில் மறைக்கப் பட்டிருக்கிறது.

ஆண்டாளின் வரலாற்றில் முரண்பாடாக விளங்கும் கூறுகளில் முக்கியமானவை, அந்தச் சமுதாயமும், அவர் பாசுரங்களில் காணப்படும் அதீதமான காதற்சுவையும்தாம்.

விஷ்ணுசித்தர், நந்தவனத்தில் பூக்கொய்து, எம் பெருமானுக்கு மாலைகள் புனைந்தளிக்-கும் திருப்பணி செய்பவர்; அந்தணர் என்று தெரியவருகிறது. இவர் துளசி வனத்தில் கிடந்த குழந்தையைக் கொண்டு வந்து வளர்க்கிறார். இந்த வளர்ப்பில் தாய் யாரும் சம்பந்தப் பட்-டதாகத் தெரியவில்லை. இவர் கண்ணனின் லீலா விநோதங்களை அக்குழந்தைக்குக் கூறி வந்தார். அவற்றைச் செவியுற்று, அக்குழந்தை சிறுமிப் பருவத்திலேயே கண்ணனைத் தன் நாயகனாக வரித்து விட்டாள்.

அந்தண சமுதாயத்தில், பூப்படையுமுன் திருமணம் செய்து கொடுத்து விடும் மரபு உண்டு.

நாச்சியார் திருமொழியில் வரும் விவரங்களனைத்தும் மிக நுட்பமாக, உடல் சார்ந்த விரகதாபத்தைப் பல்வேறு கோணங்களில் மனமுருக்கும் சொற்களால் உணர்த்துகின்றன. அவளுடைய தேர்ந்த அறிவும், மன உணர்வுகளை வெளியிடும் திறமும், அவளை இறுக்-கமுள்ள ஓர் அந்தண சமுதாயக் குடும்பச் சூழலில் வளந்த பெண்ணாகக் காட்டவில்லை. அழகுக்கலைகள் அனைத்தையும் கற்க உரிமை கொண்ட ஒரு குடும்பச் சூழலில், பக்கு-வமும் பழக்கமும் பெற்ற திருமகளாகவே அவளை அந்தப் பாசுரங்கள் காட்டிக் கொடுக்-கின்றன. மொழியும், பாவனைகளும், அவளை அருங்கலைச் செல்வியாகவே அடையாளம் காட்டுகின்றன. இறைவனுக்குத் தொடுத்து வைத்த மாலைகளைத் தான் அணிந்துகொண்டு கண்ணாடியில் அழகு பார்த்ததாக வரும் செய்தியே, ஒழுக்கமுள்ள குடும்பச் சுழலில் ஏழை பூக்கட்டும் அந்தணர் வீட்டுப் பெண்ணுக்கு உகந்ததாக இல்லை.

நாச்சியார் திருமொழிப் பாசுரங்கள், தமிழ் இலக்கிய மரபுகளை நன்கு பயின்றுணர்ந்த ஓர் அருங்கலைஞர் யாத்தவையே அன்றி, பன்னிரண்டு வயதில் கண்ணனையே மணம் செய்து கொள்ள விரும்பிய ஒரு பெண் படியதென்று கூறமுடியவில்லை.

இவளுடைய தாபங்கள், “மானுடர்கென்று பேச்சுப் படில் வாழ்கிலேன் கண்டாய் மன்மதனே!” என்ற வரியில், ஓர் அழுத்த நிலையின் உச்சத்தில் வெடித்துக் கொட்டும் உணர்வுகளாகவே வெளியாகின்றன.

பெண்ணாகப் பிறந்த வாழ்வு, பெற்ற தாயில்லா நிலையில், பேரழகும் கவித்திறனும் உள்ள ஒருத்திக்கு, சுதந்திரமாக வாய்த்திருக்க முடியாது.

அக்கமகா தேவியை, கௌசிக மன்னன் விரும்பி, மணம் புரிய நிர்ப்பந்தித்தான். நிபந்தனைகளுக்குட்பட்டு, அவளை அரண்மனைக்குக் கொண்டு வந்தான். ஆனால், அவளுடைய சிவபக்தியை அவனால் ஒப்ப முடியவில்லை. அவள் உடலின் மீது மட்டும் அவன் நோக்கு மிகுந்திருந்தது. அக்கமாதேவி அக்கூட்டைவிட்டு வெளியேறும் உச்சகட்டம் வந்தது. அதேபோல், மீராபாய் அரசகுடும்பத்தில் திருமணம் செய்து கொண்டு அரசியாக அந்தப்புரத்தில் வாழ வேண்டிய கட்டாயத்தில் இருந்தாள். அவள் பக்திக்கு அது தடையாகவே இருந்தது. காரைக்கால் அம்மையின் வரலாறும் இப்படிக் குடும்ப முரண்பாட்டில்தான் தொடங்குகிறது.

ஆனால் கோதையின் வரலாற்றில், குடும்பம் என்ற தடை அழுத்தத்தைக் கொடுக்குமளவுக்குக் காணப்படவில்லை. அவள் சூடிக்கொடுத்ததைக் கடவுளே ஏற்றுக் கொண்டார் என்றும், பெருமாள் கனவில் வந்து, அற்புதமாக, அந்தச் சமுதாயமே அவளைப் போற்றி வழிபடச் செய்ததென்றும் காண்கிறோம்.

இந்த நிலையில், ஒரு பதினாறு வயசுப் பெண், தான் இறைவனோடு ஒன்றிவிடுவதற்கு முன்பு, தன்னை ஆயர்குலச் சிறுமியாக நினைத்துக் கொண்டு நோன்பிருந்ததும், வழிபட்டதும், உண்மையாக நிழ்ந்த நிகழ்ச்சிகள் என்பதைவிட, கூட்டை உடைத்துக் கொண்டு வெளிச் செல்ல முடியாததொரு அழுத்தத்திலும் வேதனையிலும் கற்பனையின் பாவனையில் மலர்ந்த உயிர்ச் சொல்லோ வியங்களே என்று கருதுவது பொருந்துகிறது.

கண்களில் காணும் பொருட்களில் எல்லாம், காட்சிகளில் எல்லாம், அவள் தன் விரக வேதனையை ஏற்றிப் புலம்புகிறாள். பெண் போகத்துக்குரிய உடலுறுப்புக்களையே குறிப்பிட்டுப் பாடப்படும் இப்பாடல்கள், நிச்சயமாக, போகம் என்ற எல்லைக்குள் எட்டிப் பார்க்கவும் வாய்ப்பில்லாத ஒரு குலத்தில், ஒரு குடும்பச் சூழலில் வளர்ந்த சிறுமியின் பாவனைக்குரியவை என்று கொள்வதற்கில்லை.

“பெண்ணின் வருத்தமறியாத பெருமானரையில் பீதக
வண்ண வாடை கொண்டு என்னை வாட்டம் தணிய வீசிரே!”

என்றும்,

“நெடுமாலூதி வருகின்ற குழலின் துளை வாய் நீர் கொண்டு குளிர முகத்துத் தடவீரே” என்றும் விரக வேதனையின் உச்சத்தில் வெளிப்படும் சொற்களை, பதினைந்து பதினாறு வயதுக் கற்புடை மரபுள்ள குடும்பச் சூழலில் வளர்ந்த பெண்ணுக்குரியதாகக் கொள்ள முடியாது.

வளர்ப்புத்தந்தையிடம் கண்ணனின் பெருமைகளை, திருமால் குடிகொண்ட தலமகிமைகளைச் செவியுற்றதனால் மட்டும் தோன்றிவிட்ட கிளர்ச்சி என்று கொள்வது கடினமாக இருக்கிறது.

சிலப்பதிகாரக் காப்பியத்தில், கண்ணகி தன் ஆற்றாமை உச்சத்தில், தன் மார்பகத்தைக் கொய்து, மதுரை மாநகர் பற்றி எரிய விட்டெறிந்தாள் என்று வருணிக்கப்படுகிறது. பெண் போகத்துக்குரிய அவ்வுறுப்பு பிரிவில் தீயாகவும் உடலை குளிர்ச்சியாகவும் அவர்களுக்கு இன்ப துன்பங் களைத் தருவதாம்! இந்த உறுப்பு, பெற்ற சேய்க்கு அமுதுாட்டும் தெய்வீ-கத்தன்மை பொருந்தியதாகக் கருதப்பட்ட நிலை மாறி, இது, 'கற்பு' என்ற கொள்கையின் தீயைத் தாங்குவதாகவும் பேசப்படுகிறது. எனவே அந்தத் தீயில் மதுரை மாநகரம் பற்றி எரிந்தது!

அந்தச் செய்கை நினைவில் வரும்படி,

"உள்ளே உருகி நைவேனை, உள்ளோ இவளோ வென்னாத
கொள்ளை கொள்ளிக் குறும்பனை, கோவர்த் தனனைக் கண்டக்கால்,
கொள்ளும் பயனொன்றில்லாத கொங்கை தன்னைக் கிழங்கோடும்,
அள்ளிப் பறித்திட்டு அவன் மார்பில் எறிந்து என்னழலைத் தீர்வேனே!"

என்று பாடுகிறாள்.

இப்படி ஒரு கற்பனை முதலில் ஓர் ஆணுக்குத் தோன்றியதா, அல்லது பெண்ணுக்கு உரியதாக இருக்குமோ?

இறுதியில், கோதை, கோவிந்தன் வந்து தன்னை மண முடித்தாற் போன்று கனவு காண்-கிறாள்.

இந்தப் பாசுரங்கள், திருமண விழாவின் அன்றைய சமுதாயச் சடங்குகள் அனைத்தை-யும் விவரிக்கின்றன.

மதுரை மன்னன் ஸ்ரீவல்லபதேவனே, இவளைச் சிவிகையிலேற்றி, திருமணத்துக்குரிய மங்கள வைபவங்களுடனும், திருவரங்கத்துத் தெய்வத்தின் சன்னிதிக்குக் கொண்டு செல்ல ஏற்பாடு செய்தான் என்றும், இவள் மணமகளாக, சர்வாலங்காரங்களுடன், வளர்ப்புத் தந்தை மற்றும் அடியார், பெரியவர் புடைசூழ திருவரங்கத்துப் பெருமானின் சன்னிதிக்கு வந்து, கரு-வறைக்குள் ஐக்கியமானாள் என்று வரலாறு கூறுகிறது.

இது கதைபோல் நன்றாக இருக்கிறது.

ஆனால் வரலாறு, இப்படியே இருந்திருக்குமோ என்பது ஐயத்திற்குரியது.

கன்னடத்து ஞானச்செல்வி அக்கமாதேவியின் கவி வாசகங்களில் அவளுடைய வாழ்க்கை அநுபவங்கள் மிகத் தெளிவாய்ப் பிரதிபலிக்கின்றன. என்றாலும், அந்தப் பெரு-மாட்டியின் வரலாற்றில், உண்மை - காலப்போக்கில் இடம் பெற்றுவிட்ட அதீதங்கள் என்-பவை ஆராயப் பெற்று வரலாறு, அறிவுக்கும் காலத்துக்கும் பொருந்தும் வகையில் எழுதப் பெற்றிருக்கிறது எனலாம். சமயம்-பக்தி என்று வரும்போது, அற்புதங்களும், மாற்றங்களும் வரலாற்று உண்மைகளை மறைத்துவிடுகின்றன என்பதை கன்னட மொழி ஆய்வாளர் ஒப்-புக் கொண்டிருக்கிறார்கள்.

அக்கமாதேவி பற்றிய வரலாற்றில் பல ஆய்வாளர் பல கருத்துக்களைத் தெளிவாக்கு-கின்றனர். கௌசிக மன்னன் அவளை மணம் புரிந்து கொண்டானா, இல்லையா என்பதி-லிருந்து, அவருடைய பெற்றோர் பெயர் வரையிலான ஆய்வுகள் மேற்கொள்ளப் பட்டிருக்-கின்றன.

இலக்கிய வரலாற்று அறிஞருக்கு, இவளை நாயகியாக வைத்து, நவீனம் படைப்பதும்-கூடச் சாத்தியமாகி இருக்கிறது.

ஆனால் தமிழில், மிக அண்மைக்காலச் சான்றோர் கவிஞர் வரலாற்றிலும் கூட, அற்புதங்களே முதன்மை பெற்று, உண்மைகளைக் கண்டறியாத வண்ணம் 'தெய்வீக' முத்திரைகளில் முடக்கப்பட்டிருக்கின்றன.

ஆண்டாளின் வரலாற்றைச் சுற்றியுள்ள தெய்வீக அற்புதப் போர்வையைச் சற்றே நீக்கி வரலாற்றுக்கண் கொண்டு பார்க்கலாம்.

பக்தி இலக்கியத்துக்கு வளமை சேர்த்து பெண் கவிஞர்களில் மிக அதிகமாகக் காதற்-சுவையை போகம் என்ற உருவில் வியக்கத்தக்கவிதம் வெளியிட்டிருப்பவர் கோதை நாச்சியார்தாம். இதனால்தான் போலும் ஒரு சிலர், இப்பாடல்கள் ஒரு பெண்ணால் பாடப்பட்டவை அல்ல. நாயகி பாவம் கொண்ட, பெரியாழ்வாரே (கோதையின் வளர்ப்புத் தந்தை) இப்பாசுரங்களை அருளிச் செய்திருக்கிறார் என்றும் கருத்துரைக்கின்றனர்.

கோயிலில் திருப்பணி ஆடல் பாடல் உபசாரங்கள் செய்யும் போது மகளிர் குலத்தில் வளர்ந்து ஓர் ஆடவனை முறைப்படி மணந்து வாழ முடியாத சூழலில், மன்னனுக்கும், எம்-பிரானைப் பூசிக்க உரிமை பெற்ற மேற்குலத் தோருக்குமே உரியவள் என்ற நெருக்கடியில், எம் பெருமானே உகந்த மணாளன், மானுடர்க்கென்று பேச்சுப் படின் வாழகில்லேன் கண்-டாய் மன்மதனே! என்று துயரம் வெடிக்கப் புலம்பினாளோ? செல்வபோகங்களும், அரச ஆணையும் கட்டாயப் படுத்தப்பட்டபோது, அவளுடைய வேதனை அநுபவங்கள் இத்தகைய உணர்ச்சிப் பாடல்களாக வெளிவந்தனவோ? பலகாலம் சிறையிலிருந்த பித்தியாகி அற்புத-மான பாவனைகளில் மூழ்கியதால் இத்தகைய அரும்பாசுரங்கள் உருவாயினவோ? உண்மை யாருக்குத் தெரியும்?

ஆனால் சமுதாயம் - பெண்ணை அடக்கி ஒடுக்கிய ஆதிக்கத்தில் நிமிர்ந்தாலும், ஆண்டாளைத் திரு அவதாரம் செய்த பிராட்டியாக்கி, தெய்வ மதிப்பையே ஏற்று வித்திருக்-கிறது. அவப்பெயர் ஒட்டாதவகையில், வரலாறே அற்புதச் சித்திரிப்பாக மிளிர்ந்திருக்கிறது.

III

கன்னடத்துச் சிவஞானப் பெண் கவிஞர் அக்கமா தேவி, காரைக்காலம்மைக்குப் பின் ஏறக் குறைய ஆறு நூற்றாண்டுகள் சென்றபின் வடகன்னடப் பகுதியில் இப்போதைய ஷிமோகாவுக்கருகில் 'உடுதாடி' என்ற கிராமத்தில் தோன்றினார். வீரசைவ மரபில் தோன்றிய இவருடைய பெற்றோரே, சிவபக்தச் செல்வர்கள். இவர்கள் தம் அருஞ்செல்விக்கு, இளமை-யிலேயே, அறிவுக் கல்விக்கான 'சிட்சை' யும் ஞானப்பயிற்சிக்கான 'லிங்க தீட்சை'யும் ஒருங்கே அளித்தனர். அதே கிராமத்தில் கோயில் கொண்டிருந்த சென்னமல்லிகார்சுனரையே இவர் இஷ்ட தெய்வமாகக் கொண்டார். இவருடைய காலமும் காரைக்காலம்மையின் வாழ்-காலம் போன்று, பிரமணர் ஆதிக்கத்தை எதிர்த்துக் கொண்டு செல்வாக்குப் பெற்று வந்த சமண ஆதிக்கத்தை ஒடுக்கும் முகமாக, வீரசைவ பக்தி இயக்கம் பேரூன்றிப் பரவிய கால-மாக இருந்தது. பஸவண்ண, அல்லம ப்ரபு போன்ற ஞானிகள் வாழ்ந்த காலம் அது.

இளமையிலேயே சிவபக்தச் செல்வியாக விளங்கிய அக்கமாதேவி, திருமணப் பருவம் வந்தபோது, இகஉலக வாழ்வு பற்றிய சிந்தனையே இல்லாதவராகவே இருந்தார். உலகியல் வாழ்வுக்கப்பால், தம்மை சென்ன மல்லிகார்ச்சுன சுவாமிக்கு அர்ப்பணித்தவராய், ஞான

வழியிலேயே தம்மை ஈடுபடுத்திக் கொண்டிருந்தார்.

ஆனால், உரிய பருவத்தில் பேரழகுடன் திகழ்ந்த இவளுக்குத் தகுந்த வரனைத் தேடி மணமுடிக்க வேண்டும் என்று பெற்றோருக்குக் கவலை இல்லாமல் இல்லை. எனினும் செல்வியை எந்த நிலையிலும் கட்டுப்படுத்தி அவளைத் துன்புறச் செய்யும் பெற்றோரும் இல்லை அவர்கள்.

இந்தத் தருணத்தில் எதிர்பாராதது நிகழ்ந்துவிட்டது. வீதி உலாவந்த கௌசிக மன்னன், உடுதாடியைத் தன் இருப்பிடமாகக் கொண்டு ஆண்டு வந்தவன், இந்தச் சிவ மங்கையின் பேரழகினைக் கண்டுவிட்டான். மையல் கொண்டான். தனக்கு மணம் பேச, அவள் பெற்றோரிடம் காவலரை அனுப்பினான். பெற்றோர் திடுக்கிட்டனர். ஆனால், செல்வி கலங்கவில்லை. மணம் பேச வந்த காவலரிடம், தான் தன்னைச் சிவபெருமானுக்கே உரித்தாக்கி விட்டதாகவும், அரசமாளிகையில் தனக்கு எந்தப் பிடிப்பும் கிடையாதென்றும் மறுத்துவிட்டாள்.

பெற்றோர் அஞ்சி நடுங்கினர். கௌசிகன் சமண மதத்தினன். மன்னன் கடுங்கோபி. அவன், மகளை அனுப்பவில்லை என்றால், உமக்கு மரணம் என்றும் சொல்லலாமே?

அக்கமாதேவி, அரசனுக்குச் சில நிபந்தனைகள் விதித்து, ஒப்புதல் தெரிவித்தாள்.

சிவபூசை; சிவனடியார் உபசாரம்; குருவழிபாடு; தொண்டு...

இவள் தன் வாழ்வை இந்த நியமங்களுக்கு உட் படுத்துவாள். அரசன் மறுதலிக்கலாகாது.

மன்னன் நிபந்தனைகளை ஏற்றான். மாளிகை சிவனடியார் திருக்கூட்டத்தால் நிறைந்தது. அரசியோ, பூசை வழிபாட்டிலும் அமுதுபடைத்தலிலும் நாள் முழுவதும் மன்னன் நிபந்தனைகளை நிராகரித்து அவனை நெருக்கினாள்.

சிறிதும் தயக்கமின்றி, தேவி, அந்தப் பந்தத்தை அறுத்தாள். அரசமாளிகையின் போகங்கள், அணி பணிகள், ஆடைகள் யாவுத் துறந்தாள்.

“எருமை நினைப்பதொன்று; தோல்வினைஞன் நினைப்பதொன்று,
எனக்கு என்சென்னமல்லிகார்சுன தேவன் ஏற்பாரோ என்ற தாபம்-
உனக்கோ, இந்த உடலில் காமம் கிளர்த்திவிட்ட பசி”

என்றும்,

“இகத்திலொரு கணவன், பரத்துக்கொரு நாயகனோ?
உலகியலுக்கொப்ப ஒருகணவன், ஆன்மீக நாயகன் மற்றொருவனோ?
என்கணவன் சென்னமல்லிகார்சுன தேவனே!”

என்று உறுதி கொண்டு புறப்பட்டுவிட்டாள். பெற்றோரிடம் ஆசி பெற்றே இந்தப் பருவம் ததும்பும் இளம் பெண், தன் ஆடைகளையும் துறந்து நிர்வாணமாகப் பயணம் புறப்பட்டாளாம்.

இவருடைய வரலாற்றில், காரைக்காலம்மை, தம் இளமையைச் சிவனிடம் வேண்டி மாற்றிக் கொண்டு பேயுருவில் புறப்பட்டதுபோல் அற்புதம் நிகழவில்லை. சாத்தியமல்லாத அசாத்தியமே, சாத்தியமாக்கப்படும் திட உணர்வையும் நம்பிக்கையையும் தேவியின் அனுபவ உணர்வுகள் பிரதிபலிக்கும் கவி வாசகங்களில் காண்கிறோம்.

காடு மலைகள் கடந்து, கொடிய விலங்குகள், மூடர் மூர்க்கர், கள்வர் என்ற எதிராளிகளைச் சமாளித்து, பசி சோர்வு, உறக்கம், களைப்பு என்ற உடல் உபாதைகளை வென்று, ஸ்ரீசைலத் தலத்தில் குடிகொண்ட சென்ன மல்லிகார்ச்சுன தேவனின் தரிசனமே இறுதி இலட்சியம் என்று பயணம் செய்கிறார் தேவி.

தனது கரிய அடர்ந்த கூந்தலால், மேனி முழுதும் மூடவிரித்து, இவர் நடந்தாராம்.

இவரைத் துன்புறுத்த வந்தவருக்கு இவர் அறிவுறுத்திய வாசகம் இது:

"அவிழ்ந்த கூந்தல்; வாடிக்கருகிய முகம்.
மெலிந்து வற்றிய உடல்,
மெய் சோர்ந்து, உலக வாழ்வு ஒதுக்கி,
குலம்கெட்டு, சென்னமல்லிகார்ச்சுன தேவனைக்கூடப்
புறப்பட்ட பித்திநான்...என்னைத் தொடர்ந்து துன்புறுத்துவானேன்,
என்பிரிய சோதரரே!"

"உடுபுடைவை துறந்து, நிர்வாணமானாலும்,
கருங்கூந்தலை விரித்த உடலைமறைப்பதேன்?
உள்ளத்தில் உடலாசை உணர்வுகள் வைத்துப்
புறத்தில் துறவென்று ஆடை துறந்தாயே!"

என்று கேலி செய்து, வம்புக்கிழுத்தவருக்கு மாதேவியின் பதிலும் பாடல்களில் பிரதிபலிக்கிறது.

"மேனி வாடிக்கருகிப் போனாலும்,
மேவும் இளமை மினுமினுத்தாலும்,
என் உள்ளத்தின் உள்ளே துயஒளி போதுமே!
இந்தமேனி எப்படியானாலும் சென்னமல்லிகார்ச்சுன தேவருக்கே உரியது.
உள்ளம் பழுத்தாலன்றோ தோலின் நிறம்மாறும்!
ஆசையுணர்வுகள் அடையாளம் காட்டினால் துன்பமாகும் என்று
அன்பினால் அங்கங்கள் கூந்தல் கொண்டு மறைத்தேன்.
துன்புறுத்த வேண்டம் அண்ணா!
சென்னமல்லிகார்ச்சுன தேவரின் உள்ளத்தின் உள்ளே சேர்ந்தவள் இவளே..."

இந்தப் பாதையில்லாப் பெருவழியில், தேவி, மேற் கொண்ட ஆன்மீக இலட்சிய யாத்திரை அநுபவங்கள், தாப உணர்வுகள் போராட்டங்கள் யாவுமே கவிவாசகங்களாக கன்னட இலக்கியத்தின் அருங்குவியலாக வாய்த்திருக்கின்றன.

கல்யாணம் என்ற தலத்தில், சமயக்குரவர்கள் தங்கி மேன்மைமிகு உரைகளையும் உலகுக்களித்த மடத்தில், அக்கமாதேவியும் வருகிறாள். பஸவண்ணர், அல்லமப்ரபு ஆகிய சிவபக்த ஞானியரைக் கண்டு உரையாடும் அநுபவங்களைப் பெறுகிறாள். பல்வேறு கொள்கைக்காரரிடம் பேசியும், இவளுடைய அறிவும், ஞான சாதனையும் ஏற்றம் காணும் மேன்மைகளைப் பெறுகிறாள்.

"கல்யாணம்; கயிலாயம்...
உள்ளும் கல்யாணம் வெளியும் கல்யாணம்..."

என்று பரவசப்படுகிறாள்.

கல்யாணத்திலிருந்து, ஸ்ரீ சைலம் செல்லும் பயணம் ஓர் அற்புத சாதனை என்றே கூற-லாம்.

அன்பு முற்றிய உச்ச நிலையில், தாபத்தீ எரிக்கும் வேதனையில், கூடலை எண்ணி ஆறுதல் கொள்ளும் எல்லைக் கோட்டில், அவர் வாசகங்கள் அற்புதமான அநுபூதி அநுப-வங்களை விரிக்கின்றன. ஆண்டாளைப் போன்று உடல்பரமான போக உணர்வுகளாய் மட்-டுமே வெளிப்படவில்லை; காரைக்காலம்மை போன்று, "கொங்கை திரங்கி, நரம்பெழுந்து குண்டு கண் வெண்பற்குழி வயிற்றுப் பிதுங்கி சிவந்திரு பற்கள் நீண்டு பரடுயர் நீள் கணைக்-காலோர் பெண்பேய் தங்கி அலறி உலறு காட்டில் தாழ்சடை எட்டுத் திசையும் வீசி அங்கக் குளிர்ந்தலை ஆடும் எங்கள் அப்பன் இடந் திருவாலங்காடே" என்று அச்சம், அவலம், இருசுவைகளும் முதன்மைப்படுத்தப்படும் உலகியல் மாயக் கொள்கை யாகவும் பிரதிபலிக்க-வில்லை.

வாழ்வியல், ஆன்மிக இலட்சியம் இரண்டு முனைகளையும் தம் அநுபவ சாதனைக-ளாகப் பெண் என்ற உணர்வுகளோடு, இணைக்கும் அநுபூதி அநுபவங்களாகவே அவை வெளிப்படுகின்றன.

"மலையுச்சியில் வாழத் தெரிந்த உனக்கு வனவிலங்குகளிடம் அச்சமுண்டோ? கடற்க-ரையில் வசிக்கும் உனக்கு, கடலேற்ற இறக்கங்களைப் பற்றிய பீதி என்ன? சந்தை இரைச்-சலில் வதியும் உனக்கு, பேரிரைச்சலின் பாதிப்பு எது? உலகில் வாழப்பிறந்தபின், புழுதிக்கும், பூச்செண்டுக்கும் மனம் குலையா அமைதிக்கும் பழகுவாய்..." "பசி எடுக்கும் போது இரந்-துண்பேன்... தாகமெடுக்கும்போது, கிணற்றிலும் குட்டையிலும் பருக நீரிருக்கிறது - தூக்கம் வரும் போது, பழைய கோயில்கள் எனக்கு இளைப்பாறும் இடமாகும்... வாழ்நாள் முழுதும் உள்ளத்தினுள்ளே நீ துணையாக இருக்கும் போது, எனக்கென்ன பயம்? எது நேர்ந்தாலும் அச்சமில்லை...

"சருகுகளைத் தின்று வாழ்வேன்; கத்திமுனையில் தலை வைத்துப்படுப்பேன், வான் திறந்து பேய்மழை பொழிந்தால் நான் நீராடும் மகிழ்வில் திளைப்பேன். பாறை பிளந்து என் மீது விழுந்தால், எனக்கு மலரணி கிட்டியதாக மகிழ்வேன். என் தலை கொய்யப்பட்டால், ஓ, பிரபுவே! என் உயிரை உங்கள் காலடியில் சமர்ப்பிப்பேன்...

தம் காலத்தில், வாழ்வின் இலட்சியத்தை எட்டிவிட்ட பேரானந்தத்தில் திளைக்கிறாள் மாதேவி.

லிங்கமென்றுரைப்பாய்;ஐக்யமென்றுரைப்பாய்
லங்கமென்றுரைப்பாய்; (பற்று)விட்டதென்றுரைப்பாய்
உண்டென்றுரைப்பாய்; இல்லை என்றுரைப்பாய்
சென்னமல்லிகார்ச்சுனலிங்க - ஐக்யமானபின்
உரைப்பதற்கு ஏதுமில்லை...

தன்னுடைய உயர்ந்த இலட்சியத்துக்காக, சமுதாயத்தையும், அரசதிகாரத்தையும், ஒரே சமயத்தில் எதிர்த்து நின்ற அக்கமாதேவி, வாழ்நாள் முழுவதுமே போராட்டத்தில் கழித்தார் எனலாம். கன்னட மொழி இலக்கியத்துக்கே சிறப்பான வசன இலக்கியத்துக்கு வளமும் புக-

ழும் இசைத்த மகா ஞானியான கவி அக்கமாதேவி. கவிவசனங்கள் கிடைத்திருப்பவை, முந்நூற்று நாற்பத்து இரண்டு. இவ் வசனங்களைத் தவிர, ச்ருஷ்டியின் வசனம், 'யோகாங் த்ருவிதி' ஸ்வரவசனங்கள் என்று வழங்கப்பெறும் பதினேழு (கீதங்கள்) (இசைப்பாடல்கள்) ஆகியவையும் அக்கமா தேவியின் படைப்புக்களாகும்.

இவை அனைத்தும், பக்தி இலக்கியத்தில், இந்திய மொழிகளில் கூட்டை உடைத்துக் கொண்டு குரல் கொடுத்த கவிச்செல்விகளில் மிக முக்கியமான சிறப்புடைய வராக, அக்கமாதேவியை இனம் காட்டுகின்றன.

10. இலட்சிய இந்தியப் பெண்மை

பெண்கல்வி நாட்டு விடுதலைக்கும் முன்னேற்றத்துக்கும் இன்றியமையாதது என்று அறிவுறுத்தியவர் சுவாமி விவேகானந்தர்.

இவரைக் குருவாக ஏற்று, இந்தியாவுக்கு வந்து தொண்டாற்ற விழைந்த மார்கரெட் நோபிள் என்ற ஆங்கிலப் பெண்மணிக்கு, சகோதரி நிவேதிதா என்று பெயரைச் சூட்டி, இந்தியப் பெண்களின் கல்வித் தொண்டுக்கு உரித்தாக்கினார்.

'இந்நாட்டில் எல்லா உயிர்களிடத்தும் மேலாம் ஆன்மிகம் இயங்குகிறது என்ற கருத்து நிலவிய போதும்' ஆணுக்கும் பெண்ணுக்கும் இடையே எத்துணை வேற்றுமை? ஆண்கள் பெண்களை வெறும் இயந்திரங்களாக, உழைக்கும் உயிர்களாக மாற்றியிருக்கின்றனர். வேத கால உணர்வுகள் இழிந்து (பிராம்மண) குருபீடங்கள், ஏனைய சாதியார் வேதங்களைப் படிக்கக் கூடாது என்று தடை விதித்த போது பெண்களின் உரிமைகளையும் நசுக்கி விட்டது என்று அவர் மனம் வருந்திக் கூறி இருக்கிறார்.

பையன்களுக்குக் கல்வி, பிரும்மசரியம் என்ற இரண்டும் இணைக்கப்பட்டு அவசியமாக்கப்பட்டது போல், பெண்ணுக்கும் கல்வியும் பிரும்மசரிய ஒழுங்கும் உரிமை யாக்கப்பட வேண்டும். அவர்கள் எந்தப் பிரச்சினைகளையும் தாங்களே தீர்த்துக் கொள்ளும் மன உறுதியும் துணிவும் பெறவேண்டும். வாழ்க்கையில் எந்த ஒரு சிக்கலையும் அவள் சமாளிக்க இயலாதவளாக, தொண்டடிமை நிலைக்கே அவளை பழக்கி, கண்ணிர் விட்டுப் புலம்பும் நிலையிலேயே வைத்திருப்பது கொடுமை. பெண்கல்வியை மையமாக்கியே சமயங்கள் இயங்க வேண்டும். மற்ற விதிகளெல்லாம் இரண்டாம் பட்சமே என்றெல்லாம் பலவாறாகப் பெண்களின் நிலையை உயர்த்தியாக வேண்டும் என்றும், இந்த உரிமைகள், மனு தர்மத்தில் உள்ளனவென்றும் மேற்கோள்கள் காட்டுகிறார்.

'குருபீடங்கள் மனுவின் பெயரைச் சொல்லியே, பெண்களின் உரிமைகளைப் பறிக்கும் வண்ணம் அதே தருமங்களின் குரல்வளைகளை நெறித்திருப்பதையும் அவர் விரிவாகக் குறிப்பிடவில்லை. 'பெண்கல்வி' என்பதே ஒரு குழப்பமான கருத்தையே மையமாக்குகிறது எனலாம். "பெண்ணுக்குக் கல்வி, மறுக்கப் பட்டிருந்தது; கன்னியாக இருந்து. வேத நூல்களைப் படித்துப் பயின்று, மேலாம் அறிவாளருடனும், ஞானிகளுடனும் விவாதிப்பதற்கு உரிமை இருந்தது என்பதையும், அதை மீண்டும் பெற வேண்டும் என்பதையும் உணர்ந்திருக்கவில்லை. இவள் தன்னைப் பற்றிய சிந்தனையே இல்லாமற் வெறும் உடலுழைப்புப் பாவையாக, தொண்டடிமையாக மாறிப்போனாள்; இவளை உயர்த்தியாக வேண்டும்..." என்று உறு-

தியாக உரைக்கிறார். இது புதிய பார்வை; புதிய கோணம்தான்.

ஆனால், சுவாமி விவேகானந்தர் அடுத்துத் தொடரும் வரிகள் குழப்பத்தை இன்னும் ஆழமாக்குகிறது.

'இந்தியப் பெண்கள் சீதையின் அடிச்சுவட்டைப் பின்பற்ற வேண்டும். சீதை ஒப்பற்ற பெண்ணரசி, இந்தியப் பெண்மையின் இலட்சிய வடிவம். இவள் ஆயிரமாயிரம் ஆண்டுக-ளாக இந்த நாட்டில் தூய ஒழுக்கத்துக்கும், எத்தனை துன்பங்கள் மேலிடினும் அசையாமல் பொறுக்கும் சக்திக்கும் எடுத்துக்காட்டாக விளங்குகிறாள். இந்த இலட்சியம், நமது இந்தி-யப் பெண்ணின மரபுகளில் - வழிவழியாக நாடி நரம்புகளில் ஓடிக்கொண்டிருக்கிறது. இதை எவரேனும் மாற்ற முயன்றால், நமது பெண் குலத்திலிருந்து சீதையின் இலட்சியத்தை அகற்-றிவிட்டால், அது முன்னேற்றமில்லை. பெருந்தோல்வியே ஆகும்' என்று கருத்துரைக்கிறார்.

ஆக பெண்ணுக்கு, கற்பு, சகிப்புத்தன்மை ஆகிய பண்புகளே கல்வியின் ஆதாரங்க-ளாகின்றன. கற்பு ஆணுக்கும் பெண்ணுக்கும் சரிசமமான நிலையில் வைக்கப்பட்ட தரு-மம்தான். ஆனால், அந்த நிலை நடைமுறைக்கு அறிவுறுத்தப்பட்டிருக்கவில்லை. மாறாக, இராமனின் வனவாசத் தனிமையில் அவன் தூய்மை குறித்த கேள்வியே எழவில்லை. தன் மனைவி, ஏற்கெனவே கற்பின் தூய்மையை அக்கினியில் புகுந்து நிரூபித்தவள் என்ற உண்-மைகளுக்கப்பால், தான் நாடாளும் மன்னன் என்ற ஏகாதிபத்திய நெறியை முதன்மையாக்கி, அவளைக் கானகத்தில் விடச் செய்கிறான்.

இந்த மரபைப் பின்பற்றித்தான் ஆண் ஆதிக்கம் இன்றும் தன் வலிமையை மெய்ப்பித்து வந்து கொண்டிருக்கிறது. பெண்கல்வி என்பது அவளை இன்னமும் செல்லாக் காசாக, அதே தொண்டடிமை நிலையில்தான் வைத்திருக்கிறது, எனவே, விடுதலைக்கு முன் பேசப்பட்ட பெண் கல்வி, தேசியம் என்ற வகையில் பெண்ணுக்குச் சம உரிமை என்று காட்டப்படுவ-தற்காகத் தலைவர்களால் வலியுறுத்தப்பட்டதுதான்.

சகோதரி நிவேதிதா, பெண்கல்விக்குத் தொண்டாற்றினார் என்பதைவிட அக்காலத்து வங்க இளைஞர்கள் அனைவருக்கும் தேசிய எழுச்சியைத் தோற்றுவித்தார்; அதில் பெண்-ணுரிமை உட்பட்டது என்பதே சரியாகும். இவர், பிரும்மசாரிணியாகத் திகழ்ந்தார். வெள்ளை இனத்தவராக இருந்ததால், மக்கள் இவரை ஏற்றுக் கொண்டனர் என்பது வெளிப்படை. இவர், தீவிரப் புரட்சிக்கான வித்துக்களை இளைஞரிடையே பரப்பினார். 'தேசியக் கொடி' என்ற ஒன்றுக்கு முதன் முறையாகத் திட்டமிட்டார். வெடிகுண்டு ஆயுதப்பயிற்சி போன்ற எழுச்சிகளுக்கும் கூட இவர் ஊக்கமளித்திருந்தார். அமரகவி பாரதிக்கு தேசியம், பெண் உரிமை, சமத்துவம் என்ற கணற்பொறிகளை இதயத்தில் தோற்றுவித்தவர் இப்பெருமாட்டி இவள் பிற்காலத்தில் தம்மை, வெறும் சகோதரி என்ற குறிப்பிட்டுக் கொண்டாரே ஒழிய, 'துறவற நெறியைச் சேர்ந்தவர்' என்று சேர்த்துக் கொள்ளவில்லை. ஏனெனில் துறவற ஒழுங்-கில் தீவிர வாதம் முரண்பாடாகி விடும்.

எனவே விடுதலைக்கு முந்தைய பெண்கல்வியில், அவளது தனித்த ஆளுமை ஆற்றல் குறிப்பாக மையப் படுத்தப்படவில்லை. தேசியம் நமது பெண்ணரசிகள் - சீதை, சாவித்திரி, நளாயினி... என்ற கற்பரசி மரபுகள் தேசிய சிந்தனைக்குத் தேவைகளாக இருந்தன. மேலை நாட்டிலே, கற்புமரபு இல்லை. அங்கு தியாகத்துக்கு முதலிடம் இல்லை. போகத்துக்கே முத-லிடம். எனவே, தேசிய உணர்வைத் தோற்றுவிக்க, பெண் முன்னேற்றம், கற்பரசிகளின்

பெருமைகளிலேயே நிலைத்திருக்க வேண்டி இருந்தது.

'ஆண், குடும்பத்துக்கு வெளியே சென்று பொரு ளீட்டும் பொறுப்பில் உள்ளவன். எனவே அவனுக்கு, அதற்குகந்த தொழிற்கல்வி, பிறமொழிப்பயிற்சி அனைத்தும் தேவை. பெண் குடும்பத்தில் இருப்பவள். அவளுக்கு எளிமை, சிக்கனம் என்ற பண்புகளுடன் குடும்பத்தைச் செவ்வனே நடாத்திச் செல்லவும், குழந்தைகளை நன்கு வளர்ப்பதற்குமான கல்விப்பயிற்சி போதும். தாய்மொழிக் கல்வியே உகந்தது' என்று காந்தியடிகள் கருத்துரைக்கிறார். எழுத்தறியாமை என்ற சாபக்கேட்டிலிருந்து வெளிவந்த பின்னரே, தேசியப் போராட்டத்தில் பெண்கள் ஆண்களுக்கு இணையாகப் பங்காற்ற முடியும் என்ற வாதத்தைக் கூட அவர் ஏற்றிருக்கவில்லை. பெண்களிடம் இயல்பாக அமைந்துள்ள பொறுமை, உறுதி, தியாகம் ஆகியவையே தேசியப் போராட்டத்துக்கு உகந்த சிறப்பான பங்களிப்பைச் செய்யப் போதுமானது என்று கருத்துரைக்கிறார்.

இத்தகைய ஒரு முடிவை அவர் எப்படிக் காண முடிந்தது? அவர்தம் வாழ்வையே சோதனையாக்கியவர். அந்தச் சோதனையில் தம் மனைவி கஸ்தூரிபாவையும், தம் மக்களையும் கூட உட்படுத்தினார் எனலாம். தந்தைநாயகச் சமுதாயத்தில் குடும்பத் தலைவன் நாயகன்; அரசன். மனைவியும் குழந்தைகளும் அவன் ஆணையில் இயங்கும் பிரஜைகள்... அந்தக் குழந்தைகளின் வாழ்க்கை பற்றிய முடிவுகளை எடுக்கத் தாய்க்கும் உரிமை இல்லை என்பதே உண்மை.

இனி, அன்னை கஸ்தூரிபாவின் வாழ்க்கையைச் சற்று கூர்ந்து, எந்தவிதமான சார்தலும் இன்றிப் பார்க்கலாம். கஸ்தூரிபாவைப் பற்றிய செய்திகள் அனைத்தும் காந்தியடிகளின் மொழிகளிலேயே நமக்குத் தெரிகின்றன. எனவே இந்த உண்மைகள் நிச்சயமாக உண்மைகளே; திரிபுகள் இல்லை.

பதின்மூன்று வயதான மோகன்தாஸ் காந்திக்கு, அதே வயதுடைய கஸ்தூரிபாயைத் திருமணம் செய்ய நிச்சயம் செய்தார்கள். போர்பந்தரில் செல்வந்தரான வணிகர், கோகுல்தாஸ்மகன்ஜி, கஸ்தூரியின் தந்தையாவார். மோகனுக்கு நிச்சயம் செய்த முதல் இரண்டு பெண்களும், திருமணம் என்று பேசுமுன்பு இறந்துவிட்டார்கள். கஸ்தூரி மூன்றாவதாக நிச்சயம் செய்யப்பட்டவள். ஒரே தெருவில் சிறு குழந்தையாக இருந்த நாட்களிலேயே இருவரும் விளையாட்டுத் தோழர்களாக இருந்திருக்கிறார்கள். மோகனின் தாய், அடிக்கடி தன் மருமகளாக வரப்போகும் கஸ்தூரியின் வீட்டுக்கு அவனையும் அழைத்துச் சென்றிருக்கிறாள்.

திருமணம் என்று நிச்சயம் செய்த போது மோகன், அந்த வயதில் படிக்கின்ற நேரத்தில் திருமணம் வேண்டாம் என்று தந்தையிடம் தெரிவித்ததுண்டு.

'இப்போது நீ எங்கள் சொற்படி நடந்துவிடு. பிற்காலத்தில், நீ பெரியவனான பிறகு, உன் குழந்தைகளுக்கு உன் விருப்பப்படி செய் என்றாராம் தந்தை காபாகாந்தி,

அந்த வயதில், அந்த சூழ்நிலையில் இளமைத் திருமணம் சரியல்ல என்று அவருக்குக் கருத்தெழ நியாயம் இல்லை என்றே சொல்லலாம். திருமணம் நிச்சயித்து விட்டார்கள். இவர்கள் ராஜ்கோட்டில் இருந்து போர்பந்தருக்குச் செல்ல வேண்டும். தந்தைக்கு அரசு அதிகார வேலையாதலால் அதிகநாள் விடுப்பெடுக்க முடியாது. அக்காலத்தில் ராஜ் கோட்டிலிருந்து நூற்றிருபது மைல் பயணத்துக்கு மாட்டு வண்டியில் ஐந்து நாட்களாகும். குடும்பத்தினர் முன்பே சென்றுவிட்டார்கள். மோகனின் தந்தை பல வண்டிகளில் தொடர்ந்து பயணம்

மேற்கொள்ள வேண்டியிருந்தது. கடைசியாகத் திருமண வீட்டுக்குக் கொண்டு சென்ற வண்டி குடை சாய்ந்தது. அவர் காயங்களில் போட்டுக் கொண்ட கட்டுடன், திருமணநாளன்று சென்று சேர்ந்தார்.

அக்காலத்தில் சிக்கனத்தைக் கருதி, மூன்று நான்கு திருமணங்களை ஒன்றாகச் சேர்த்து நடத்துவது வழக்கம். அப்போது மூன்று திருமணங்கள் ஒன்றாக நடந்தன.

மணமகளையும், மணமகனையும் பொன்னாலும் பட்டாலும் அலங்கரிப்பது வழக்கம். ஆனால் மோகனோ கழுத்தில் தங்கத்தாலான அணிகளைப் போட்டுக் கொள்ள மறுத்தார். அப்போது உடல்நலம் குன்றிய காபாகாந்தி பின்னர் தேறவேயில்லை.

பிற்காலத்தில் காந்தியடிகள், இளமைத் திருமணம் கூடாது என்று எழுதிய நாட்களில், தங்கள் விருப்ப மின்றியே, இரு குழந்தைகள் வாழ்க்கையென்னும் பெருங் கடலில் பிணிப்புற்று விடப்பட்டதாகக் கருத்துரைக்கிறார்.

சாதாரணமாக, வேதகாலத் திருமணங்களிலும், வயதுக்கு வந்த பின்னரே பெண் திருமணம் செய்து கொடுக்கப்பட்டதாகத் தெரியவருகிறது. பூப்படைவதற்கு முன் திருமணம் செய்தாலும், திருமணம் பொருள் பொதிந்ததாக நிலைபெறும் சடங்குக்குப் பெண் பூப்படையும் வரையிலும் காத்திருப்பார்கள். முன்பே பூப்படைந்த பெண்ணானாலும், அன்றிரவே அவர்கள் கூடி உறவாட விடுவதில்லை. வேத காலச் சடங்குகள் திருமணம் நடந்த பிறகும், விரத நியமங்கள் காத்த பின்னரே, அவர்களை உடலுறவு கொள்ள அனுமதித்திருக்கின்றன.

ஆனால் காந்தியடிகளின் வாழ்க்கை வரலாற்றில், பதின் மூன்று வயதுப் பையனையும், பதின் மூன்று வயதுப் பெண்ணையும் முதலிரவு என்று சொல்லிக் கொடுத்துத் தனியே விடப்பட்டதாக வருகிறது. இது சீரணிக்கவே கடினமாக இருக்கிறது.

தந்தையிடம் தமக்கு அப்போது திருமணம் வேண்டாம் என்று சொன்னதாகக் குறிப்பிட்டாலும், திருமணம் என்பது தனக்கு ஒரு பெரிய மதிப்பையும், குடும்பத்தில் பெருமையையும் கொண்டுவரும் என்பதை அவர் நன்கு உணர்ந்திருந்ததாகவே தெரிகிறது.

திருமண வாழ்க்கை பற்றி, குஜராத்தியில் எழுதப்பட்ட கையேடு ஒன்றைத் தாம் படித்தாகவும், அதில் குறிப்பிட்டிருந்தபடி இலட்சிய கணவன் - மனைவியாக வாழத் தாம் ஆசை கொண்டிருந்ததாகவும் அவர் குறிப்பிட்டிருக்கிறார்.

இலட்சியக் கணவனாக அவர் இருப்பார். ஆனால் இலட்சிய மனைவியாக அவளை எப்படி ஆக்குவது?

ஒருவருக்கொருவர் கற்புமாறாத அன்பு செலுத்தி நேசிக்க வேண்டும். அவளை இலட்சிய மனைவியாக்க வேண்டும் என்ற தீவிரம், இந்த இளங்கணவனை, மனைவி மீது சந்தேகப்படுபவனாக, அவளிடம் பொறாமை கொள்பவனாக, அவள்மீது அதிகாரம் செலுத்துபவனாகச் செய்தது. அவள் எங்கே செல்கிறாள், யாருடன் பேசுகிறாள் என்றெல்லாம் கண்காணிக்கத் தலைப்படுகிறான். அந்தப் பேதையோ, இவை ஒன்றையும் அறியாதவளாக எப்போதும் போல் வெளியே சென்றாள்; வந்தாள்; உறவினருடன் பேசிச் சிரித்து மகிழ்ந்தாள்.

'பெற்றோர் வீட்டுக்கோ, கோயிலுக்கோ செல்வதற்கும் அவரிடம் அனுமதிபெற வேண்டுமா? இதற்கெல்லாம் தடை போடுவதை அவளால் எப்படி ஏற்க முடியும்? எனவே அவனுடைய கட்டுப்பாடுகளை அவள் சிறிதும் பொருட் படுத்தவில்லை.

கணவன் என்ற அதிகாரத்தைச் செலுத்தி, அவள் பணிய வேண்டும் என்று 'கடமை'யை அறிவுறுத்தியபோது, அவளால் அதைப் புரிந்துகொள்ளவே முடியவில்லை. அவள் அவனை ஏறிட்டு நோக்கிவிட்டு அப்பால் சென்றாள்.

பகல் நேரங்களில் இவர்கள் தனியே சந்தித்துப் பேச முடியாது. இளந்தம்பதியர் பெரியோர் முன்னிலையில் அவ்வாறு பேசிப்பழக முடியாது. ஆனால் இரவில் மோகன் படிக்கச் சொல்வதாகக் கூறிவிட்டு, மனைவியைத் திருத்த முற்பட்டான். அவளைக் கணவனின் சொல்லுக்குக் கட்டுப் பட்டு நடக்க வேண்டும் என்று அறிவுறுத்தத் தொடங்க, சண்டையும் கண்ணீருமாக முடிந்துவிடும். அதன் பயனாக ஒருவருக் கொருவர் பலநாட்கள் பேசாமல் இருப்பார்கள். ஆனால் இம்மாதிரியான பிணக்குகளில் அவள்தான் பிடிவாதமாக நின்றாள். அவளுக்கு மன உறுதி அதிகம். அவனால் பணிய வைக்க முடியவில்லை.

இது போகட்டும்... கணவன் உயர்ந்தவன் என்பதை மீண்டும் அறிவுறுத்த அவளுக்குப் படிப்புச் சொல்லிக் கொடுக்க இந்தக் கணவன் முற்பட்டான். ஆனால் அவளுக்குப் படிப்பில் விருப்பமே இல்லை. இத்துடன் மோகனுக்கு மனைவியின் மீதுள்ள உடல்சார்ந்த மோகம், வேறு சிந்தனைக்கே இடம் கொடுக்காமல் இருந்தது. பகலில் பள்ளியில் இருந்த நேரத்திலெல்லாம், இரவின் தனிமையும் மனைவியின் உறவுமே இவன் எண்ணங்களில் தோன்றி எரித்துக் கொண்டிருந்தன. ஒவ்வொரு நாட்களில் இந்த அலைக்கழிப்பு, தனக்கு அகால மரணத்தைக் கொண்டு வந்து விடுமோ என்று கூட அவனை அச்சுறுத்தியது. அந்தந்த நேரத்துக்குரிய கடமைகளை ஆற்ற வேண்டும் என்ற ஒழுக்க உணர்வு இத்துன்பத்திலிருந்து அவனைக் காப்பாற்றியது. மூன்றாண்டு காலம் இந்தப் பிள்ளைப் பருவ இல்லறம் கழித்து பதினாறாவது வயதில் கஸ்தூரி கருவுற்றாள். அப்போதும் மோகனின் வேட்கை குறைந்து விட வில்லை. உடல் நோயால் துன்புற்ற தந்தைக்கு இரவு கால் பிடித்துத் தொண்டு செய்யும் கடமை இருந்தது. அந்தப் பணியைச் செய்யும் போதெல்லாம், எப்போது முடிந்து படுக்கையறை செல்லலாம் என்ற நினைப்பே மேலோங்கியது.

அன்று சிறிய தந்தை ஊரிலிருந்து நோய் வாய்ப் பட்டிருந்த தமையனைப் பார்க்க வந்திருந்தார். மோகனிடம் அவனைப் படுக்கைக்குச் செல்லச் சொல்லி அந்தப் பணியைத் தாமே செய்ய அமர்ந்தார்.

அப்போது கஸ்தூரி உறங்கிப் போயிருந்தார், கர்ப்பிணியான அவளைப் பூப்போல் வைத்துக் கொள்ள வேண்டும் என்ற அறிவு அவனிடம் இல்லாமலில்லை. என்றாலும் மனம், தடுக்க வேண்டிய மோக வெறியில் கிளர்ந்திருந்தது. அவளை உறக்கம் கலைய எழுப்பினான். அப்போது அறைக் கதவு இடிபட்டது. தந்தை இறந்த செய்தி அவனுக்குத் தெரிவிக்கப்பட்டது. இதை வாழ்க்கையில், தம்மைக் கூசிக் குறுகச் செய்த சம்பவமாக காந்தியடிகள் விவரித்துள்ளார். இளம்பருவத் திருமணத்தின் கேடுகளை அவர் இச்சம்பவத்தின் வாயிலாக அறிவுறுத்தியுள்ளார்.

அந்தக் குழந்தை முழுதாகப் பிறந்து உயிர்தரிக்க வில்லை. அது காலத்தினால் விளைந்த பிண்டம் என்று அவர் கருதினார்.

இங்கே கஸ்தூரியின் 'மனஉறுதி' கூர்ந்து கவனிப்பதற்குரியதாகும். கணவரின் அதிகாரத்துக்குக் கட்டுப்படாமல் முரண்டிய அவள் இயல்பு உடல் சார்ந்த உணர்வுகளின் தாகத்துக்கு எதிர்ப்பாக இல்லை. அவள் மனஉறுதி, கணவரின் ஆக்கிரமிப்பில் தகர்க்கப் படுவதைத்

தவிர்க்கக் கூடியதாக இல்லை. ஒரு கணவன் உடல்சார்ந்த உணர்வுகளில் மனைவியை முழுதுமாக அடிமை நிலையில் வைத்திருக்கிறான் என்பது உண்மையே.

காந்தி தம் முப்பத்திரண்டாவது வயதில், தம் குடும்பத்தை இனியும் பெருக்கிக் கொள்-ளக்கூடாது; சமூகப் பொறுப்புக்களை ஏற்பதற்கு அது பெருந்தடையாக இருக்கும் என்று கருதி பிரும்மசரிய விரதம் ஏற்க முடிவு செய்தார். மனைவியுடன் உடலுறவு கொள்வதைத் தவிர்க்க வேண்டும் என்று முடிவு செய்தபோதும், கஸ்தூரிபா பணிந்து போகிறார். பாரம்பரிய மரபுகள், இந்தப் பத்தினியை எழுதப் படிக்க வேண்டாம் என்று உணர்த்துகிறது. அந்த வகையில் அவர் கணவர் சொல்லை முக்கிய வாக்காக ஏற்று அவர் விருப்பத்தை நிறை-வேற்ற முயலவில்லை, ஆனாலும் கணவனின் காரியங்கள் எதையும் எதிர்க்காமலே ஏற்கி-றார்.

குடும்பவாழ்க்கை, சமூகவாழ்க்கை, அரசியல் போராட்டம் எல்லாவற்றையும் சோதனைக் களமாக்கியவர் காந்தியடிகள். கஸ்தூரிபா கணவனே தெய்வம் என்ற பாரம்பரிய பண்பாட்-டுக்குத் தலைவணங்காமல் கேள்வி கேட்கக் கூடியவளாக இருந்திருந்தால் தம் வாழ்வின் சோதனைகளில் நம்பிக்கை கொண்டவராகத் திகழ்ந்திருக்க முடியுமா என்பது ஐயமே.

என்றாலும், கஸ்தூரிபா பண்பட்டுச் சட்டத்துக்குள் தம் குரலை எழுப்பப் போராடிய சந்-தர்ப்பங்கள் வந்திராமல் இல்லை. தம் மனைவியிடம் வைத்திருந்த 'அன்பு' அவரைக் குரூ-ரமாகவே பாதித்திருந்ததாக காந்தியடிகளே தெரிவிக்கிறார். தம் வீட்டில் எழுத்தராக வந்த, கிறித்தவ தாழ்ந்த சாதி இளைஞனின் கழிப்பறைச் சட்டியை எடுத்து, கஸ்தூரிபாவே சுத்தம் செய்ய வேண்டும் என்று விதித்திருந்தார்.

வழிவழியாகத் தம் பண்பாட்டில் ஓடிய தீண்டாமை மரபு, கஸ்துரிபாவுக்கு அதைச் செய்-வதற்கு இடம் கொடுக்கவில்லை. இவர் செய்ய மறுத்தால், அவரே அதைச் செய்ய முற்ப-டுவார். அதற்கும் அவருடைய 'பத்தினி தருமம்' இடம் கொடுக்கவில்லை. எனவே, முகக் கடுப்புடன் அவர் அந்தச் சட்டியுடன் மாடிப்படியில் இறங்கி வந்தபோது, காந்தியடிகளால் பொறுக்க முடியவில்லை. அவளே, இந்தப் பணியைச் செய்ய வேண்டும்; மனமொப்பி முகம் கடுக்காமல் மலர்ச்சியுடன் செய்ய வேண்டும். இது கணவனின் ஆணை போன்ற எதிர்-பார்ப்பு.

'முகத்தைக் கடுத்துக் கொண்டு... தீண்டாமை பாராட்டும் மனைவி'

'இப்படி ஒரு மூடத்தனத்தை இந்த வீட்டில் என்னால் பொறுக்க முடியாது!' என்று காந்-தியடிகள் கத்தினார். கஸ்துரிபாவும் ஆத்திரத்துடன், 'உங்கள் வீட்டை நீங்களே வைத்துக் கொண்டு என்னைத் தொலைத்து விடுங்கள்' என்று பதிலுக்குக் கத்தினார்.

அப்போது அவர் என்ன செய்தார்?

கோபத்துடன் மனைவியின் கையைப் பற்றித் தரதர வென்று இழுத்துச் சென்று வாயிற் கதவைத் திறந்து வெளியே தள்ளி விட்டார். கஸ்துரிபாய்க்குத் துயரம் தாளாமல் கண்ணீர் பெருகியது. அதோடு அவள் உணர்வுகள் சொற்களாக வெடித்துச் சிதறின.

'உங்களுக்கு வெட்கமில்லை? சுய உணர்வு போய் விட்டதா? யாருமில்லாத இந்த நாடு-விட்ட நாட்டில், என்னை வெளியே பிடித்துத் தள்ளினால் நான் எங்கு செல்வேன்? நீங்கள் உதைத்தாலும் நான் பொறுத்துக் கொள்ளவேண்டியதுதான். கடவுள் மேல் ஆணை! யாரா-வது சிரிக்கப் போகிறார்கள்! கதவைச் சாத்துங்கள்!', என்று உள்ளே வந்தாள். உலகம் மதிக்-

கும் தம் கணவர் மீது மனைவியை வெளியே தள்ளினார் என்ற பழிச்சொல் விழக்கூடாது என்பதில் மனைவி மிகக் கருத்தாக இருப்பது வெளிப் படுகிறது.

'என் ஆணையை நீ மறுக்கக்கூடாது; அதையும் முகமலர்ச்சியுடன் நீ நிறைவேற்ற வேண்டும்' என்று உச்சகட்ட அடக்குமுறை என்று கூடச் சொல்லலாம்.

அவர் ஆண்; மரபுவிதிகளை மீறலாம்; சோதனைக்கு உட்படுத்தலாம் என்ற வகையில் மேலாண்மை செய்யும் உரிமைக்கு இயல்பாக்கப்பட்டவர். அவளோ, உயிரே போவதாக இருந்தாலும் மரபுகளை மீறக்கூடாது என்று பதப்படுத்தப்பட்டவர். புருஷன் மீறினாலும், அந்த மீறலுக்கும் சேர்த்துத்தான் பரிகாரம் காணவேண்டும் என்று, சுமைகள் ஏற்பவள் அவள்.

அந்த வகையில் தீண்டாமையை அவள் பாலிக்கும் கட்டாயத்தில் நிற்க முயலுகிறாள். முரண்பாடுகள் தலை காட்டுகின்றன. ஆனால் விருப்பமோ, விருப்பமில்லையோ கணவனின் அடிச்சுவட்டைப் பின்பற்றி நடப்பதால் மேன்மையுறலாம் என்றே கருதி நடக்கிறாள். இதே போல்தான் புலனடக்க வாழ்க்கை நடத்த அவர் துணிந்து முயற்சி செய்ய அவள் பூரண ஒத்துழைப்பை நல்குகிறாள்.

'எங்களின் அபிப்பிராயங்களில் மிகுந்த வேற்றுமை இருந்த போதிலும், எங்களுடைய வாழ்க்கை எப்போதும் திருப்தியும் மகிழ்ச்சியும், வளர்ச்சியும், மனித உரிமைகளின் அடிப்படையில் ஏற்பட்டதாகச் சொல்ல முடியாது. ஓர் இலட்சியமான கணவன் என்ற மேலாண்மைக் கருத்தில் இருந்து விடுபட்டிராத நாயகனின் கண்களில் பெண் அடிப்படை மனித உரிமைகள் கொண்டவளாகக் கருதப்பட்டிருக்கவில்லை. 'சராசரிக்கும் மேலானவளாக நீ உயர்வாய் - என் தலைமையை ஏற்று நட' என்ற கருத்தே அந்த வாழ்க்கையில் தொனிக்கிறது. சத்தியாகிரகப் போருக்கு அவர் குரல் கொடுத்து அழைத்ததும் எதிர்பாரா வகையில் பெண்கள் திரண்டு வந்தார்கள்.

ஏன்?

அந்தப் பெண்கள் இனி இழக்க ஒன்றுமில்லை. ஆண் சமுதாயம் முன்நின்ற போது இவர்களும் விடுதலை பெற்றாற் போல் வந்தார்கள். கூட்டை உடைத்து வெளிவரச் சொன்னது ஓர் உந்துதலுக்கான கூவல். அவர்கள் தங்கள் ஆண்களைப் பின் தொடர்ந்தார்கள். அறியாமையில் அழுந்திக் கிடந்த பெண்கள், புருஷ ஆதிக்கத்தில் கட்டுண்டிருந்தவர்கள், அரசு ஆதிக்கத்தை எதிர்த்துப் புறப்பட்டார்கள் என்றால் சந்தர்ப்பம் ஒரு வடிகாலாக வெளிப்பட்டது. அண்மையில் அவள் 'தன்னுரிமை' என்ற உணர்வுடன் தேசியப் போராட்டத் துன்பங்களை ஏற்றதாகச் சொல்ல முடியாது. அந்த உள் அடுக்கு வரையிலும் எதிர்ப்புக் குரல் எட்டவே இல்லை.

கஸ்தூரிபாவின் எண்ணத்தில், கணவரின் பரி சோதனைகளில் எல்லாம் தாம் ஈடுகொடுத்தாக வேண்டும் என்ற மரபுக் கருத்துத்தான் முனைப்பாக இருந்திருக்கிறது. குடும்பம் என்ற நிலையில், தம்மை மட்டுமின்றி, தம் குடும்பத்தையும் காந்தியடிகள் வாழ்க்கைச் சோதனைகளில் ஈடுபடுத்துகிறார். தம் பிள்ளைகளுக்கு, சமூகம் மதிக்கும் கல்வியும் மேன்மையும் அளிக்க வேண்டும் என்றே எந்தப் பெற்றோரும் விரும்புவார்கள். ஆனால், அவர் தம் மக்களை தென்னாப்பிரிக்க ஆங்கிலப் பள்ளிக்கும் அனுப்பவில்லை; இந்தியாவுக்கும் கல்வி பெற அனுப்பவில்லை. சோதனைகளுக்கு அவர்களை உள்ளாக்கினார். பிள்ளைகளைக் கை

இயந்திரத்தில் மாவரைக்கவும், கழிப்பறைகளைச் சுத்தம் செய்யவும் பணித்தார். நண்பர்களும் பல்வேறு சமயத்தினரும் அடங்கிய ஆசிரமம் போன்ற பெரிய 'குடும்பத்தில்' எல்லோருமே உழைக்க வேண்டும். கஸ்தூரிபாய்க்குச் சமையல் வேலையே சரியாக இருந்தது.

இத்தகைய கட்டாயங்களினால் மூத்த பையன், தந்தையை வெறுத்தான். அடியோடு பிரிந்து சென்றான். ஒரு தாய் என்ற நிலையில் கஸ்தூரிபாயின் சோகம் வெளிப்படாமலே போயிற்று.

இதே போல கஸ்தூரிபாய் உடல்நலம் சீர்கேடுற்று, இரத்த நஷ்டத்தினால் மிகமெலிந்து நலிந்த போது, இறைச்சி ரசம் கொடுக்க வேண்டும் என்று மருத்துவர் கருதிய போதிலும் அதை காந்திஜியிடம்தான் தெரிவித்தார். அவர் அப்போது, ஜோஹன்ஸ்பர்க்கில் சத்தியாக்கிரஹ இயக்கம் தொடங்க முன்னேற்பாடுகளைச் செய்து கொண்டிருந்தார். கஸ்தூரிபாய் டர்பன் நகரில் டாக்டரின் பராமரிப்பில் இருந்தார். கஸ்தூரிபாய் தீண்டாமையை அநுசரிக்கக் கூடாது என்று வெளியே பிடித்துத் தள்ளத் துணிந்த அவர், இறைச்சி ரசம் கொடுப்பதற்கு கஸ்தூரிபாய் விரும்பினாலன்றிக் கொடுக்க வேண்டாம் என்று பணித்தார்.

மாட்டிறைச்சி ரசம் குடிக்க நிச்சயமாகக் கஸ்தூரிபாய் இணங்க மாட்டாள். இவர் கட்டுப்படுத்தவில்லை. ஆனால் ஆரோக்கியம் கருதி டாக்டர் கொடுக்க வேண்டும் என்பதை இவரால் ஒத்துக் கொள்ள முடியவில்லை என்பது வெளிப்படை சமயவெறியோ, எதுவோ இங்கே மறை முகமாகக் கட்டுப்படுத்துவது தெரிகிறது. கஸ்தூரிபா இறைச்சி ரசம் கொள்ள முடியாது என்று மறுத்துவிட்டார். இதே கஸ்தூரிபாய், தங்களுக்கு அளிக்கப்பட்ட பரிசுகளில் கண்டசரம் (வைரக் கற்களிழைத்தது) வேண்டும் என்று விரும்பி எடுத்து வைத்தபோது காந்தியடிகள் ஒப்பவில்லை.

பேதை, தமக்கு இல்லாது போனாலும், தம் மருமகள்களுக்கேனும் உதவுமே என்று ஆசைப்பட்டார். ஆனால் கந்தியடிகளோ, அதை உடனே திருப்பிவிட ஆணையிட்டு விடுகிறார். சுதந்திரம், மேன்மை என்பதெல்லாம், அவருடைய கருத்துக்கிசைய அவள் ஆசைகளை வெட்டித் திருத்திக் கொள்ளல் என்ற பழைய செப்புகளிலேயே வடிவம் பெற்றிருக்கின்றன.

'இந்தியப் பெண்மை என்ற ஒரு முழுவடிவத்துக்கு, கஸ்தூரிபா எடுத்துக்காட்டாகக் காட்டப்படுகிறார். தம்முடைய தனித்துவம் என்ற சிந்தனையை கணவனின் ஆணையுடன் ஐக்கியப்படுத்தி, அவர் போற்றிய கற்பின் வடிவமாகத் திகழ்ந்த அன்னை, சிறையில் கணவர் மடியில் உயிர் நீத்தார். இந்தப் பத்தினி வடிவம், இந்தியப் பெண்மைக்கு முரண்பாடான கணவனை இழந்த கோலத்துக்கு உட்படாதது, மிகமிகப் போற்றுதற்குரியதாகி விட்டது. கற்புடை மகளிர் கணவர் கண்கலங்க, முன்னதாக மங்கலப் பொருட்களுடன் இறுதியை எய்தினர் என்ற இந்திய நம்பிக்கைக்கு உதாரணமாகத் திகழ்கிறார், கஸ்தூரிபாய்.

11. போராட்டப் பெண்மை

1

1966 ம் ஆண்டு ஜனவரி மாதம் 19ம் தேதி, புதுடெல்லி பார்லிமென்ட் கட்டடத்துக்கு வெளியே மிக ஆவலுடனும் பரபரப்புடனும் ஒரு கூட்டம் குழுமியிருக்கிறது. இது கலகக்காரர்களின் கூட்டமோ வீணர்களின் கூட்டமோ அல்ல. இவர்கள் எல்லோருமே இந்தியத் துணைக் கண்டத்தின் பொறுப்பு வாய்ந்த குடிமக்கள் எனலாம். இவர்களில் சிலர் பிரசவ அறைக்கு வெளியே பொறுமையின் எல்லையில் நடை போடும் கணவன்களைப்போல் முகத்தை அடிக்கொருமுறை நிமிர்த்தி உள்ளே பார்க்கின்றனர்.

உள்ளிருந்து கதவு திறக்கப்பட்ட, ஆரவாரம் கேட்கிறது.

என்ன? என்ன?

ஆணா, பெண்ணா?

பெண்...!

ஒரே மலர்ச்சியாய் முகங்கள் ஒளிருகின்றன.

"ஜவஹர்லால் நேருவுக்கு... ஜே!" என்ற கோஷம் வானைப் பிளக்கிறது.

தூய வெண்ணிறக் கதர்ச் சேலையில் போர்த்திய சால்வையில் ஒரு சிவப்பு ரோஜா அணி செய்ய, முகம் மலர, கூப்பு கையுடன் அங்கு பிரசன்னமாகிறார் இந்திரா காந்தி.

உடனே, "இந்திரா காந்தி வாழ்க!" என்ற கோஷம் உயருகிறது. ஒரு புன்னகையுடன் மக்கள் அளித்திருக்கும் தலைமைப் பொறுப்பை ஏற்கிறார், இந்திரா காந்தி.

இந்தியத் துணைக்கண்டத்தின் எழுநூறு கோடி மக்களை ஆட்சி செய்ய... ஒரு பெண்மணி...!

பெண்ணரசு...!

இந்திய நாடு இதற்கு முன் பெண்ணரசு கண்ட தில்லையா?

இராணி மங்கம்மாள் 'ஜான்ஸி ராணி லட்சுமி பாய்', ரஸியா சுல்தானா... என்று அடுக்கலாம்.

இவர்கள் முடி மன்னர் மரபில் ஆட்சிக்கு வந்தவர்கள்.

கணவரை இழந்தபின் பால்மணம் மாறாப் பிள்ளைகளுக்காக ஆட்சியில் அமர்ந்தவர்கள். ஒரு காலத்தின் கட்டாயத்தை நிறைவு செய்தவர்கள். ஆனால் இப்போது நடந்திருப்பது புதுமை.

அடிமைத்தளையினின்று மீண்டு வென்றெடுத்த குடியாட்சியின் புதுக்கருக்கு மாறாத நிலையிலேயே இவர் ஆட்சிக்கு வந்திருக்கிறார். மக்களுக்காக மக்கள் பிரதிநிதிகளால் வழங்கப்பெறும் தலைமைப் பதவியை இவர் பெற்றிருக்கிறார்.

அடுப்படியிலும் பிள்ளைப்பேற்று அறையிலும் அடிமை போல் முடங்கிக் கிடந்த பெண் குலத்தின் பிரதிநிதியான ஒருவர் இந்தப் புதிய ஜனநாயகத்தின் தலைவியாகிறார். ஆணும் பெண்ணும் சமம் என்ற கோட்பாட்டை மெய்ப்பித்த இந்திய ஜனநாயகத்தின் விளக்கமாக, ஒரு பெண் தலைமை ஏற்கிறார்.

இந்தப் புதுமைப் பூரிப்பிலும் கவர்ச்சியிலும் பெரும் பான்மை மக்களும் ஆவலுடன் பெண் தலைமையை வரவேற்றாலும், நூற்றாண்டுகளாக ஊறிப்போன பழமை வாதங்களும், ஆண் மேலாதிக்கங்களும் சில குண்டூசிச் செருகள்களை வெளியியிடாமல் இல்லை.

பெண்... அதிலும் கைம்பெண்...?

இவள் ஆட்சிக்குத் தகாதவள் என்ற பழமொழி இருக்கிறது.

இவளுக்கு வயசு? ஐம்பதை எட்டும் பருவம். இது, பெண் உடலியல் ரீதியாக ஒரு முக்கியமான மாற்றத்தை ஏற்கும் கட்டமாகும். இந்தப் பருவத்தில் அவள் தடுமாறும் மன நிலையில் இருப்பதும் இயல்பு.

என்றெல்லாம் சில பழம்பஞ்சாங்கப் பத்திரிகைக் குரல்கள் அசுபம் பாடாமலும் இல்லை.

ஆனால் எழுபது கோடி மக்களின் தலைமையை ஏற்றுக் கொண்ட இந்தப் பெண் எத்தகையவர்? இவர் யார்?

இந்த நாட்டு சீதை, சாவித்திரி, நளாயினி போன்றோரின் பிரதிநிதியா? முன்னர் வாழ்ந்துகாட்டி அமரராகி விட்ட கஸ்தூரிபாவின் மறுபதிப்பா? இவள் திருமணமானவளா? ஆண்மக்களைப் பெற்ற தாயா?

ஒரு பெண், மக்கள் மதிப்பைப்பெற மேற்கூறிய அனைத்துத் தகுதிகளும் தேவையாய் இருக்கின்றன.

இந்திரா எத்தகைய பெண்?

இவள் பிறந்து வளர்ந்த பின்னணியில் இவள் ஒரு நாள் இந்தப் பெரிய நாட்டை ஆட்சி செய்யும் பீடத்தில் அமரக் கூடும் என்பதற்கான வண்மைகள் இருந்தனவா?

நூற்றாண்டுகளாகப் பெண் மக்களைக் காட்டிலும் ஆண் மக்களே வேண்டப்பட்டு வந்த குடும்பப் பாரம்பரியக் கருத்து இவர் பிறந்த குடும்பத்திலும் இருந்ததா?... இவள் எப்படி இந்நிலைக்குத் தகுதி பெற்றாள்?

ஆண் ஆறடி பாய்ந்தாலே எட்டடி பாய்ந்து விட்டதாகவும், பெண் பத்தடி பாயக் கூடியவளாக இருந்தாலும் அவளை முடக்கி உள்ளே பின் இழுத்துத் தள்ளுவதுமான ஒருசமுதாயத்தில், இந்திரா எவ்வாறு முதன்மைத்தகுதிக்கு உயர முடிந்தது?

2

நேரு குடும்பமும் ஆணைப் போற்றும் பாரம்பரியக் கருத்துக்களுக்கு அப்பாற்பட்டதல்ல. தன் உழைப்பால், விடாமுயற்சியினால், வழக்கறிஞர் தொழிலில் சிறந்து, உயர்ந்து மிகுந்த செல்வம் ஈட்டிய மோதிலால் நேரு, இந்திராவின் பாட்டனார். அந்தக் காலச் சமுதாய மதிப்பின் படி, வெள்ளைக்காரருக்குச் சமமாக வாழ்வதே தருமம் என்று வாழ்ந்து காட்டிய மோதிலால் நேருவின் ஒரே ஆண் வாரிசு, ஜவாஹர்லாலின் ஏகபுத்திரி இந்திரா நேரு.

தம் ஒரே மகன் ஜவாஹர்லாலின் அன்பு மனைவி கமலா கருவுற்றிருக்கிறாள் என்றறிந்த நாளிலிருந்த, தாய் ஸ்வரூப ராணி, பேரப்பையனைப் பற்றிய கனவுகளில் மிதந்தது வியப்பில்லை. அந்தப் பெரிய ஆனந்த பவன் மாளிகையிலுள்ள அனைவரும், உறவினர், பணியாட்கள் ஈறாக, வீட்டு மகனுக்கு ஓர் ஆண்வாரிசு உதயமாவதை எதிர்பார்த் திருந்தனர்.

குடும்பத்தை ஒட்டிய மிக முதியவரான முன்ஷிமுபராக் அலி, தம் மரணப் படுக்கையிலும், ஜவாஹரின் அருமைப் புதல்வரைக் கையிலேந்தி ஆசிமொழியக் காத்திருந்தார். பிறந்த உடனேயே சிசு, முதியவரின் ஆசிகளுக்குக் கொண்டு வரப்பட்டது.

முதியவர், சிசு பெண் என்பதை உணராமலேயே, "ஜவாஹரின் இந்த அருமையான வாரிசு, குலக் கொழுந்து, அல்லாவின் அருளால் எல்லா மேன்மைகளையும் பெற்று நீடுழி வாழட்டும்!" என்று கையில் வாங்கி வாழ்த்தினார். குழந்தை போர்வைக்குள் பொதிந்திருந்து. அடுத்தகணமே, முன்ஷிமுபராக் அலி இறுதிச் சுவாசம் விட்டார்.

என்றாலும் முதிய அன்னையும், மற்றவர்களும் 'ஓ ஜவாஹருக்கு ஓர் ஆண் சந்ததி இல்லாமல் பெண் பிறந்திருக்கிறதே!' என்று முணமுணக்காமல் இல்லை.

இது, குடும்பத்தலைவர், தந்தை மோதிலாலின் செவிகளில் விழுந்ததும் அவர் சீற்றத்துடன் கைத்தடியால் தரையைத் தட்டினார்.

"இந்தப் பெண் ஆயிரம் ஆண்களுக்குச் சமமாக இருப்பாள்!" என்று முழக்கினார்.

இத்தகைய ஆசைகளுடன் கண்விழித்த குழந்தை தந்தையாலும் தாயாலும் இந்திரா பிரியதர்சினி என்று அன்புடன் அழைக்கப் பெற்றாள். செல்வக் குடும்பத்தில் தாதியரும் உற்றவரும் குழந்தையைச் சூழ்ந்து தாயின் அருகாமையை அரிதாக்கிவிடுவதே வழக்கம். பணியாளரும் தாதியரும் தன்னைக் காவலில் வைத்த நிலையில் தனிமைப் படுத்தியிருந்ததனால் இளம் உள்ளம் கற்பனைகளிலும் எட்ட முடியாத இலட்சியத்தை எட்டும் கனவுகளிலும் இலயித்தது என்பதைக் கவியரசர் தாகூர், தம் இளமைப் பருவம் குறித்துத் தெரிவிக்கையில் குறிப்பிடுகிறார். தனிமை உணர்வு அற்புதமான கவித்திறனாக முகிர்த்தது.

இந்திராவின் அன்னையோ, ஏற்கெனவே பலவீனமானவள். அத்துடன் இந்திரா பிறந்த காலத்தில், உலக அரங்கிலேயே அரசியல் கொள்கைகளும், புதிய கருத்துக்களும் புரட்சிகளைத் தோற்றுவித்திருந்தன. இந்திய நாட்டில் தேச விடுதலைக்கான கிளர்ச்சிகள் நாடு முழுவதுமான பாதிப்பைப் பெற அடித்தளம் அமைத்த முக்கியமான காலமாக அது இருந்தது.

தொழிலில் வெற்றியும் பொருட்குவிப்பும் மோதிலால் நேருவின் குடும்பத்தில், வீட்டில். பழைய கிராமிய இந்திய நடை உடை, பாவனைகளை விட்டு, ஐரோப்பிய நாகரிகங்களைப் பின்பற்றும் மாற்றம் ஏற்பட்டது.

இப்போதோ இரண்டாவது புரட்சி ஓர் அலைபோல் இந்த ஆனந்த பவன மளிகையைத் தன் வசமாக்கிக் கொண்டது. பலவீனமாக இருந்தாலும் தாய் கமலாநேரு கதர்ப்பிரசாரத்தில் முழுதுமாக ஈடுபட்டார். சத்யாக்கிரக இயக்கத்தில் இளைஞரைச் சேர்ப்பதும் இவர் பணியாயிற்று. வீட்டில் மற்ற அனைவருமே பரபரப்புடன் தேசிய இயக்கத்தில் முழுகினர்.

சிறுமி இந்திரா, தன் புத்தகம், தன் பொம்மைகள் என்று தனக்குள் ஓர் உலகை ஏற்படுத்திக் கொண்டே தனிமையில் தான் வளர்ந்தாள். ஒரு சமயம் தொடக்கக் கல்வி கற்பித்த ஓர் ஆசிரியை சிறுமி இந்திராவிடம் "நீ பெரியவளாக வளர்ந்தபின், டீச்சராவாயா, டாக்டராவாயா, அல்லது வேனிஸ் வர்த்தகன் கதையில் வருவது போன்ற சாதுரியம் மிகுந்த நீதிபதி ஆவாயா?" என்று கேட்டார்.

அதற்கு இந்திரா, "நான் ஃபிரஞ்சு மங்கை ஜோன் அஃப்ஆர்க், போலாவேன்!" என்று மொழிந்தாள்.

அந்த இளம் வயதில் தியாகமாகிய ஆதரிசம் இவளுள் முதிர்ந்திருந்தது.

3

தியாகம், தேசநலன் என்ற வேட்கைகள் இந்தச் சின்னஞ் சிறு பெண்ணுக்கு எப்படித் தோன்றின?

மோதிலாலின் அருமைப் பேத்திக்கு எத்துணை அரிய பரிசுகள்!

வெளிநாட்டிலிருந்து வந்த விதம் விதமான பொம்மைகள், உடைகள் என்று எத்தனை அருமைகள், மற்றவர் பொறாமைப்படும்படி வாய்த்திருந்தன?

ஆனால், அவை உயர்ந்தவை என்று அவர் பிஞ்சு மனதில் பதிந்து விடாதபடி, தீவளர்த்து, அதில் உயர்ந்த மல்மல்களும், ஜார்ஜட்ரக ஆடைகளும், மற்றும் விதேசச் சாதனங்களும் ஆஹுதி செய்யப்பட்டதையும் அவள் கண்களால் கண்டாளே!

தேசிய வரலாறு படிப்பதற்குப் பதிலாக, வரலாறு படைக்கப்பட்ட காலத்தில் வளரும் வாய்ப்பினைப் பெற்றாள் இந்திரா.

இந்தத் தேசியத்தில், சிறை வாழ்வு, பிரிவுத்துயரம், நெருக்கடிகள், போலீஸ் கெடுபிடி, சோதனைகள், விரும்பிக் கஷ்டங்களை ஏற்கும் அருமைகள் எல்லாமே விளையாட்டுப் போல் ஆர்வமும் நிறைவும் தரும்படி அவளுக்குப் பழகிப் போயின.

கல்விப் பயிற்சி இடமாற்றம் பெற்று, அங்கு கொஞ்சம் இங்கு கொஞ்சம் என்று சீரில்லாமல் தொய்ந்தாலும், பார்க்கப் பிரியம் மிகுதியாகும் அன்பு வடிவைப் பாராமல் சிறையில் வாடும் தாபத்தைத் தீர்த்துக் கொள்ள தந்தை ஜவஹர்லால் உலக வரலாற்றையே கடிதங்களாக வரைந்தார். “செல்வமே, 1916 இல் உலகம் கண்டிராத வகையில் சோவியத் புரட்சியும் புதுயுகமும் வந்தது. 17இல் நீ பிறந்தாய்!” என்று தொடர்புபடுத்தினார். சொச்சமிச்சத்தின் கவின்மிகு குஞ்சங்கள் போல் சாந்திநிகேதனில் குருதேவர் தாகூரின் அன்பிலும் அரவணைப்பிலும் சில மாதங்கள் கல்வி பயிலும் பேறும் கிடைத்தது.

மேல்நாட்டில் நோய்வாய்ப்பட்டு நலிந்த அன்னையின் அருகில் இருக்கையிலேயே வருங்கால மணாளன் நிச்சயமாகிறான்.

அன்னையின் மறைவுக்குப் பின் மேலை நாட்டிலேயே கல்வியைத் தொடர்ந்தாலும், அதை நிறைவேற்றாமலே நாடு திரும்பும்படி சூழ்நிலை கனத்துவிட்டது.

நேரு குடும்பம் செல்வச் செழிப்பு மிகுந்தது. வெள்ளைக் கார மேலாளருக்குச் சமமாக, இந்திய ஏழைகளும் நடுத்தர வர்க்கத்தினரும் தெய்வம்போல் கருதும்படி உயர்ந்த குடும்பம்; அக்குடும்பத்தினர் தேசியத்தில் திளைத்து எல்லாச் சுக போகங்களையும் துறந்தனர்...?! நேரு வீட்டுக்கு அன்றாடம் துணிகள் பாரிஸிலிருந்து சலவை செய்து வருமாம்!

அவர்கள் வீட்டுக்கு உணவு வகைகள், துணிமணிகள், பீங்கான் போன்ற புழங்கும் சாதனங்கள், எல்லாம் மேலை நாட்டிலிருந்துதான் வருகின்றனவாம்!

நேரு குடும்பம்... அது அரச குடும்பம் போன்றது...

இத்தகைய ஒரு பிரமிக்கத் தகுந்த கருத்து, அந்நாளில் எல்லா இந்தியக் குடிமக்களிடமும் இருந்தது.

இந்திய சுதந்தர வரலாற்றில், காந்தியடிகள், வல்லபாய் படேல், ராஜன் பாபு, சுபாஷ் சந்திரபோஸ், சக்ரவர்த்தி இராஜகோபாலாசாரி என்று எத்தனை பெரியோர் அந்நாளில் அருந்தியாகிகளாகத் திகழ்ந்திருக்கின்றனர்? என்றாலும், ‘நேரு குடும்பம்’ என்ற சிறப்பு தனியாக மக்கள் மனதில் பதியக் காரணம் என்ன?

கூர்ந்து சிந்தித்தால், இந்திய மக்களின் மனப்பான்மை மன்னர் வழி மரபில் ஊன்றியிருப்பதைப் புரிந்து கொள்ளலாம். மன்னர் என்றாலே பொது மக்களுக்கு எட்டாத ஆடம்பரம், பளபளப்பு, சொகுசுகளை அநுபவிக்க உரிமை கொள்வது, அந்தக் குலத்தில் தோன்றுவதாலேயே அவை கூடும் மனிதராகப் பிறப்பதில் பெரும்பேறே, மன்னர் குலத்தில்தான் கிடைக்கிறது என்ற கருத்தே நடைமுறையில் நூற்றாண்டுகளாக மக்கள் மனங்களில் ஊறி வந்திருக்கிறது. "ராஜா, ராஜாத்தி.." என்ற செல்லப் பெயர்களே இக்கருத்தை விள்ளுபவை.

வெள்ளைக்கார அரசுக்குப் பதிலாக இவ்வாறு அவர்களுக்குச் சமமாகச் செல்வ போகங்களை நிலைப் படுத்திக் கொண்ட ஒரு குடும்பம், தேசியத்தில் தன்னைக் கரைத்துக் கொண்டு, சாமானிய மனிதர்களைச் சமமாகக் கருதியதால், அந்தக் குடும்பத்தின் தலைமகனை மக்கள் தங்கள் தலைவராகச் சிறப்பித்து ஏற்றுக் கொண்டது இயல்பேயாகும்.

அந்நாட்களில் கங்கை நதி பாயும் பிரதேசத்துக் கிராமங்களில் இருந்து அலாஹாபாதுக்கு வந்த எளிய மக்கள் எவரும் ஆனந்தபவனத்துப் பெருமகனாரை, அவர் புதல்வரை, அரசிளங்குமரிகள் போல் உலவிய பெண் மக்களைக் கண்டு பிரமிப்புடன் கண்டு பணிந்து செல்வார்களாம். இந்தச் சிறப்பு ஏனைய பிற தலைவர்களுக்கு இல்லை.

காந்தியடிகள் மேல்நாட்டில் பாரிஸ்டர் பட்டம் பெறப் படிக்கச் சென்றார். அவருக்கு அப்போது, தொழில் செய்தல் இன்றியமையாத தேவை - குடும்பத் தேவை என்றே கொள்ளலாம். அந்தப் பின்னணியே வேறு. தாய் தன் மகனிடம் மது, மாமிசம் தொடாதவாறு சத்தியம் வாங்கிக் கொண்டார்.

ஆனால், நேரு குடும்பத்தினர், உயர்ந்த பிராமண வருக்கம். மேல்நாடு செல்வது, செல்வச் செழிப்பின் உயர்வுக்குரிய கவுரவமாக இருந்தது. பள்ளிப் படிப்பையே வெள்ளைக்காரர் சீமையில் பெறும் மேன்மையில் திளைத்தனர்.

தங்கள் குடும்பம், செல்வம், அறிவு, முற்போக்கான தேசிய சிந்தனை, எல்லாவற்றிலும் உயர்ந்து நிற்பதால், மக்கள் உவந்து அளிக்கும் தலைமைச் சிறப்புக்கு உரியது என்ற மேலான எண்ணம் பாலில் கரைந்த நெய்ப்பொருள் போல் சிறுமி இந்திராவுக்கும் இல்லாமலில்லை. இந்த உணர்வே தன்னை மிக வித்தியாசமாக வெளிப்படுத்திக் கொள்ளும் ஒரு தனித்தன்மையை, உறுதியை, நினைத்தால் செய்தேதீரவேண்டும் என்ற மனத்தின்மையை அவளுக்கு அளித்தது எனலாம்.

இந்திரா, சாந்திநிகேதனில் கல்வி பயின்ற காலத்தில் எல்லா மாணவிகளும் வியக்கும்படி,'டார்மிடரி' எனப்படும் வசதி குறைந்த இடத்தில் தங்கி, எளிய வாழ்வையே மேற்கொண்டிருந்தாள். இவள் புத்தகங்கள், படுக்கை, துணிமணிகள் எல்லாம் மிக ஒழுங்காக, துப்புரவாக வைக்கப் பட்டிருந்தன. ஒரு சமயம் சாந்திநிகேதனைப் பார்வையிட வந்த ஒரு பெருமகனார், இவள் அடுக்கி வைத்திருந்த புத்தகங்களைப் பார்த்தாராம்.

பெரும்பான்மையும், பொருளாதார, சமதர்மக் கொள்கை, அரசியல் தத்துவம், புரட்சி என்ற பொருள் பற்றிய தலைப்புகளாகவே இருந்தன.

இந்த நூல்களுக்குரிய 'சிவப்புச் சீமாட்டி யார்?' என்று வினவினாராம். புத்தக புதிராக மாட்சிமை கண்டிருந்த அரசியல் கொள்கையில் அவள் ஆர்வம் மிகுந்திருந்தாள். அதே சமயம், இசை, கவிதை, நடனம், நாடகம் என்ற நுண் கலையார்வங்களிலும் மனதைக் கொடுத்தாள்.

இத்தகைய இயல்புகளும் ஊக்கங்களும், தாயை இழந்த பின், கருத்தொருமித்த காதலன் என்ற வாழ்க்கையின் முக்கியமான கட்டத்தில், உற்சாகமும் நம்பிக்கையுமாகவே மலர்ந்தன.

ஃபெரோஸ், ஏறக்குறைய ஆறு வருஷங்களுக்கு முன்பே இவளைக் கரம் பற்ற விழைந்து, அன்னை கமலாவிடம் தன் விருப்பத்தை வெளியிட்டிருந்தான். அப்போது இருவருமே இள வயதினர். திருமணம் என்பது அவ்வளவு விரைவில் கூடக்கூடியது அன்று. எனவே அப்போது பெற்றவள் பிடி கொடுக்கவில்லை.

இந்த ஆறாண்டுக் காலத்தில், இளைஞன் தன் மனதில் உறுதியாகவே நின்றான். புதுமை, புதிய உற்சாகம், தேசியம், விடுதலை, சமதர்மம்... என்ற கருத்துக்கள் இருவருக்கும் இசைந்தன.

உலகப்போர் உச்சமாக இருந்த காலம். தேசிய அரங்கில் தலைவர்கள் சிறைக்குச் செல்லும் கொந்தளிப்பு.

ஃபெரோஸ் யார்? சாதாரண-இடைநிலைக் குடும்பத்தில் உதித்தவன். சொத்து, பத்து, செல்வாக்கு எதுவும் கிடையாது. மேலும் பார்சி மதத்தினன்... தம்மால் ஆதரிச யுவதியாக உருவாக்கப்பட்டு வரும் அருமைச் செல்விக்கு இவன் தகுந்த கணவனாக முடியுமா?... ஜவாஹரின் மனதில் இருந்த இந்த எண்ண ஓட்டங்களை இளைஞன் மிக நுட்பமாக உணர்ந்திருந்தான். இதுவே அவன் இந்திராவைக் கரம் பற்றுவதற்கான அழுத்தமான காரணமாகவும் இருந்தது.

கடைசிவரை இந்த உயர் குடும்ப மேன்மை குறித்துக் குத்தலாக மொழிவதை விளையாட்டாகவே கொண்டிருந்த மருகன் ஃபெரோஸ் உண்மையில் இந்திராவின் மீது அளவற்ற அன்பு கொண்டிருந்தான்.

இந்திரா அந்தக் காதலை முழுமனதுடன் ஏற்று அளவற்ற நம்பிக்கையுடன் அவன் கரம் பற்றினாள்.

ஆடம்பரக் குடும்பத்துக்குரிய திருமணமா?

இல்லை... தேசாவேசப் புயலில் நாடு கொந்தளித்துக் கொண்டிருந்த நிலையில் மிக எளிமையான தியாகத் திருமணமாக இருந்தது. தேநிலவு... சிறையில்...!

4

இந்திரா, தோற்றத்தில் வாட்டசாட்டமும் நின்று நிலைக்காத பரபரப்பும் கொண்ட பெண் அல்ல. மென்மையான உடல் ஆழ்ந்து நிலைக்கும் அகன்ற கண்கள்.

'இந்தப் பெண் மணவாழ்வைத் தாங்கி மகப்பேறு பெறுவதற்குக் கூடப் பலமில்லாதவள்; தாயைப் போல் பூஞ்சை' என்ற கருத்து அன்றைய மூத்த உறவினரிடையே நிலவியது. மருத்துவர்களும் அதை ஆமோதித்து, மகப்பேறு இவளுக்குத் தகாது என்று உறுதியாய்க் கூறினார்கள். நெருங்கிய மருத்துவர் ஒருவர் இதை எழுத்து மூலம் கூட தெரிவித்திருந்தார்.

ஆனால் திருமணத்தின் இலட்சியமே தாய்மைப்பேறு தான் என்ற உறுதி இந்திராவுக்கு இருந்தது. கருவுற்றாள். முதன் முதலில் இந்தச் செய்தியை அறிந்ததுமே, அலஹா பாத் மாளிகையின் குடும்ப மருத்துவர்கள் இந்திராவுக்குப் பிரசவம் பார்க்கும் பொறுப்பை கைகழுவி விட்டார்கள். பெரிய இடம்; தந்தையோ அகமதுநகர் சிறையில் இருந்தார். ஏதேனும் நடக்கக் கூடாதது நடந்துவிட்டால்? எனவே இந்திரா, பம்பாயில் உள்ள அத்தையின் வீட்டுக்கு அவள் பொறுப்பேற்க வருகிறாள். ஜவாஹரின் இளைய சகோதரி கிருஷ்ணாஹத்தி

சிங், இந்திராவுக்கு மிகவும் பாசமும் நெருக்கமும் உடைய அத்தை. கிருஷ்ணா குடும்பத்தில் முதன் முதலாக பார்சி மத இளைஞர் ஹத்தி சிங்கைக் காதலித்து திருமணம் செய்து கொண்டவர். இதனால் தானோ என்னமோ, தன்னைப்போல் பார்சி இளைஞனைக் காதலித்துக் கடிமணம் செய்து கொண்ட மருமகளிடம் தனியான அன்பு வைத்திருந்தார் கிருஷ்ணா.

பம்பாயில் மிகப் புகழ்பெற்ற மகப்பேறு மருத்துவரான டாக்டர் ஷிரோட்கர் இவளுக்குப் பேறு பார்க்கும் பொறுப்பை ஏற்றார். 1944ம் ஆண்டு, ஆகஸ்ட் இருபதாம் தேதி காலை, நோவுகண்டு, இந்திராவை மருத்துவமனைக்குக் கொண்டு சென்றார்கள்.

அத்தை கிருஷ்ணா, தம் நூலில், இவ்வாறு எழுதுகிறார்:

“முதல் குழந்தையாதலால் இந்திரா மிகவும் பயந்திருந்தாள். பிரசவ அறையில் நான் இருக்க வேண்டும் என்று பெரிதும் விரும்பினாள். ஆனால், உள்ளூர நானே ‘கிலி’ பிடித்திருந்தேனே? மனதுக்குள் இறைவனை வேண்டிக் கொண்டும், எல்லாம் நல்லபடியாக ஆகவேண்டுமே என்று மன்றாடிக் கொண்டும் இருந்தேன். “டாக்டர்! இது பையனாக இருக்க வேண்டும், பையன்தான் பிறக்க வேண்டும்; என் அண்ணனுக்குப் பிள்ளை வாரிசு இல்லை. அந்தக் குறை தீர இவள் ஓர் ஆண்பிள்ளைக்குத் தாயாக வேண்டும்” என்று புலம்பினேன்.. நல்ல வேளையாகப் பிறந்த குழந்தை பையன் என்று தெரிந்ததும், கரைகாணா மகிழ்ச்சி உண்டாயிற்று...”

கிருஷ்ணாவுக்கு மட்டும்தானா இந்த மகிழ்ச்சி? அனைவருக்குமே ஆண்வாரிசு என்ற செய்தி தனியானதொரு மகிழ்ச்சியைக் கொடுத்தது. உடனே சிறையிலிருந்த அண்ணன் ஜவாஹருக்குச் சகோதரி தந்திச் செய்தி அனுப்பினாள். கூடவே விரிவான கடிதமும் எழுதிப் போட்டாள்.

சிறைக்குள் செய்தி வழக்கப்படி தாமதமாகவே போய்ச் சேர்ந்தது. அவருடைய பதில், அவருக்கே உரிய, பாமரருக்குப் புரியாத மொழியில் இருந்தது.

“I do not easily get excited, but I experienced a deep feeling of contentment, when I heard the arrival of the new comer. There was also a vague and comforting sensation of the future, gradually pushing out the past as it always does”

(சாதாரணமாக நான் எளிதில் கிளர்ச்சி வசப்படக் கூடியனவல்ல; என்றாலும் புதிய நபரின் வருகை என்னுள் ஆழ்ந்ததொரு நிறைவைத் தந்திருக்கிறது. இனம் புரியாத அந்த இதமான உணர்வில் எதிர்காலம் விளங்க, கடந்த காலம் மங்கி மறைகிறது...)

அந்த இனம் புரியாத ஆறுதல், தனக்கு ஆண் சந்ததி இல்லையே என்ற உள்ளூர இழைந்திருந்த தாபத்தைத்தான் குறிப்பிடுகிறது என்று கொள்ளலாம். நேரு சாதாரண மனிதர்களைப் போல் மூடநம்பிக்கைகளுக்கும் மரபுக் கொள்கைகளுக்கும் இடம் கொடுக்க மாட்டார்; அறிவு பூர்வமாகச் சிந்திப்பவர் என்று சிறப்பிக்கப் பட்டவர். ஆனால் அவர்தம் அருமைப் பேரப் பிள்ளைக்குப் பெயர் வைப்பதற்கு எடுத்துக்கொண்ட அக்கறையை, சிறையிலிருந்து அவர் மகளுக்கு எழுதிய பல கடிதங்கள் தெரிவிக்கின்றன. பல மாதங்கள் தந்தைக்கும் மகளுக்கு மிடையே கடிதப் போக்குவரத்து தொடர்ந்தன. பல பெயர்கள்; இறுதியில் ராஜீவ்ரத்ன காந்தி என்ற பெயரை ஒப்புக் கொண்டதாகத் தெரிய வருகிறது. ‘ராஜீவ்’ என்-

றால் தாமரை. கமலா என்றாலும் தாமரை. இந்திராவின் தாயின் பெயர் வருகிறது. ரத்ன - ஜவஹர் - இரண்டுக்கும் மாணிக்கம் என்ற பொருள்தான். தன் மகளின் பெயரில் தாய், தந்தை இருவரின் பெயரும் இணைந்திருப்பதன் நிறைவு, இந்திராவுக்குக் கிடைக்கிறது.

“குழந்தைக்குப் பெயர் வைக்கிறோம் என்ற சாக்கில் முடிவில்லாமல் தேடிக்கொண்டே இருந்தது போதும். அவனைப் பெயரில்லாதவன் என்று கூப்பிடும்படி ஆக வேண்டாம். இந்தப் பெயருடன் தேடுவதை நிறுத்திக் கொள்வோம்” என்று எழுதினார்.

“ஃபெரோஸின் வீட்டுக்காரர்களுக்குச் சிறிது ஏமாற்றமாக இருந்திருக்கலாம். ‘ரத்ன’ - ரத்தன் - ரட்டன் - என்ற பெயர் சாதாரணமாகப் பார்சிக் குடும்பங்களுக்குரிய பெயர்தான்” என்று திருப்திப்பட்டுக் கொண்டார்களாம்.

‘பூஞ்சை, பிள்ளைப்பேறு தாங்கமாட்டாள்’ என்று எழுதிக் கொடுத்து மருத்துவரின் கருத்தை இந்திரா தவிடு பொடியாக்கி, இந்திரா, ஒரு குழந்தையல்ல, இரு குழந்தைகளைப் பெற்றுக் கொண்டாள். சரியான உணவு, உடற் பயிற்சி, ஓய்வு என்று தன் உடல் நலனைக் கண்ணுங் கருத்துமாகப் பேணிக் கொண்டாள். சஞ்சய் 46 ம் ஆண்டு டிசம்பரில் பிறந்தான். அத்தை கிருஷ்ணாவே அப்போதும் டெல்லியில் இந்திராவின் மகப்பேற்றுக்குத் துணையாக இருந்து பராமரித்தார்.

இக்காலத்தில், ஃபெரோஸ், லக்னௌவில் நேஷனல் ஹெரால்ட் பத்திரிகையில் வேலைக்குச் சேர்ந்திருந்தான். மனைவியையும் குழந்தைகளையும் அழைத்துவர, ஓர் அழகிய சிறு வீடு பார்த்து, மனைவி மகிழ வேண்டும் என்று பார்த்துப் பார்த்து அலங்கரித்தான். வீட்டுக்கு முன்புறமும் சுற்றியும் அழகிய தோட்டம் அமைத்தான். ‘ஆனந்தபவன்’ மாளிகை போன்று அவ்வளவு பெரியதல்ல என்றாலும் இந்திரா மகிழ்ச்சியுடன் குடும்பம் நடத்த வேண்டும் என்று கருத்தாக நேர்த்திகள் செய்தான்.

அன்புக் கணவன், இரு குழந்தைகள், இனிய மனைவி... இந்தக் குடும்பத்தில் மகிழ்ச்சிக்கு என்ன குறை? இந்த நாட்களில் இந்திரா இனிய இல்லத்தரசியாகவே விளங்கினாள். தன் இரு குழந்தைகளை ஆயாவின் பொறுப்பில் விடுவதைத் தவிர்த்து, அவர்களுக்குத் தானே குளிப்பாட்டி, உணவூட்டி சீராட்டி மகிழ்ந்தாள். பிற்காலத்தில், இத்தம்பதி தம் வாழ்நாட்களை அரசியல் சமூகம் என்ற அரங்குக்கு உரித்தாக்கி விட்டதால், இனிய இல்லறம் இவர்கள் ஒருவரை ஒருவர் புரிந்து கொள்ளும் நிலையிலேயே நலிந்து போயிற்று. இல்லறத்தின் பயனுக்குப் பல முகங்கள் உண்டு. அதில் ஒன்று மக்களை இருவருமாகச் சேர்ந்து தங்கள் செல்வாக்குகளைப் பதித்து உருவாக்குவதாகும். இந்தப் பயன் இந்திராவுக்கு வாய்க்கவில்லை என்றே சொல்லலாம்.

1947-இல் சுதந்திரம் பெற்றது. சுதந்திரம் பெற்று அரசு கைமாறியதும் தந்தை ஜவாஹர்லால் நேரு பிரதம மந்திரியானார். புதிய பாரதத்தின் புதிய பிரதம மந்திரி. உலக நாடுகள் அனைத்தும் வியப்புடன் நோக்கும் வண்ணம் பரந்த பாரதத்தின் அடிமைத்தளைகள் அஹிம்சை வழியில் தகர்த்தெறியப் பட்டன. நாட்டிலே உடனே எதிர்நோக்க வேண்டிய பிரச்னைகள் எத்தனை எத்தனை? துண்டாடப் பட்டதன் விளைவாக சகோதர சகோதரரை வெட்டிக் கொன்று இரத்த ஆறு பெருகச் செய்தனர்.

காந்தியடிகள் கால்நடையாக நவகாளியில் புனித யாத்திரை மேற்கொண்டார். பின்னர் சுட்டுக் கொல்லப் பட்டார். சுதேச மன்னர்கள் என்ற வரையறைகள் நீங்கி, இந்திய யூனியன்

என்ற இணைப்புக்கான பிரச்னைகள்...

புதிய பாரதத்தின் பிரச்னைகள் ஒன்றல்ல; இரண்டல்ல. தந்தையின் நலனைப் போற்றிக் கண் காணிக்க இந்திரா பிரதம மந்திரியின் இல்லத்து நாயகியாக இயங்குவது அவசிய மாயிற்று. இந்திரா குழந்தைகளுடன் டெல்லிக்கு இடம் பெயர்ந்தார்.

இந்தப் பருவம், ஓர் இளம் பெண்ணின் குடும்ப வாழ்வில் மிக முக்கியமான காலம் எனலாம். தான் ஒரு தாயாக வேண்டும், தாய்மையில்லாத இல்லற வாழ்க்கை இலட்சிய மல்ல என்ற உறுதியுடன் நின்ற பெண் இந்திரா கணவனும் மனைவியும் ஒருவரை மற்றவர் புரிந்து விட்டுக் கொடுத்து, இணைந்து பழக, பண்புபெற, குடும்ப வாழ்வுக்கு இந்திரா ஆசைப்பட்டாலும், அது கிடைக்காத வாழ்வுதான் அமைந்தது.

பிரதமரின் மாளிகையில் வருகை தரும் முக்கியப் பிரமுகர்களையும் வெளி நாடுகளிலிருந்து வரும் உலகத் தலைவர்களையும் வரவேற்று உபசரிக்கவும், அரசியல் பிரச்னைகளைச் சுமுகமான பேச்சுவார்த்தைகளில் ஆய்ந்து நலம் காண்பதற்கான சூழ்நிலையை அவ்வரவேற்பு உப சாரங்களில் ஏற்படுத்தவும் பிரதமமந்திரியின் மகள் இந்திரா இன்றியமையாதவரானார். திருமணத்திற்கு முன் இளங் குமரியாக அன்புத் தந்தையுடன் ஐரோப்பிய நாடெங்கும் பயணம் செய்தவள் இந்திரா. அநேகமாக நேருவுடன் உலகத் தலைவர்களுக்கெல்லாம் அவர் மகள் இந்திராவும் பரிசயமானவள். உலக அரசியல் நிலவரங்களை அவருடன் நிழலாக இருந்து உணர்ந்திருந்தாள். எனவே தந்தை சுதந்திர பாரதத்தின் பிரதமர் என்ற அரசியல் மதிப்புடன் வாழ்க்கையின் மிக முக்கியமான செயலாற்றும் பருவத்தில் மகள் இந்திரா. அவருக்கு உற்ற துணையாக, வீட்டு நிர்வாகியாக, செயலாற்றும் மேலாளராக பொறுப்பு ஏற்றார். இதற்கு 'அரசு'முத்திரை பெற்ற சான்றொன்றும் கிடையாது. ஆனால் அதுவாக, அந்தப் பொறுப்பு இசைந்து போயிற்று. இந்த முக்கியமான பொறுப்புடன் சேர்ந்த செல்வாக்கில் கணவன், குழந்தைகள், தனக்கென்ற குடும்பம் - சின்னஞ்சிறு உலகமான அதன் தலைவி என்ற இலக்குகள் பொலி விழந்தன; தேய்ந்தன.

குழந்தைகள் தந்தையின் அருகாமையில் இருக்க வேண்டும் என்று இந்திரா வாரந்தோறும் அவர்களுடன் லக்னௌவுக்கு வந்து சென்றது எந்த விதத்திலும் நன்மை பயப்பதாக இல்லை. ஃபெரோஸ், லக்னௌ பத்திரிகைப் பணியை விட்டுவிட்டு, டெல்லி பிரதம மந்திரி மாளிகையில் 'வீட்டு மாப்பிள்ளை' என்று தங்குவதற்குச் சிறிதும் விரும்பவில்லை. நேரு குடும்பத்தின், செல்வ, செல்வாக்கு, மேலாண்மைகளைக் கிண்டலாகவும் குத்தலாகவும் பேசுவதும், அலட்சியமாக நடப்பதுமே இந்த மருமகனுக்குப் பொழுது போக்காக இருந்ததென்றே கூறலாம். என்றாலும், அன்பு மனைவியை அதற்காக நோகச் செய்வதையும் அவனுக்கு மனம் ஒப்பவில்லை.

"நீ குழந்தைகளுடன் வாரா வாரம் டெல்லிக்கும் லக்னௌவுக்குமாக அலைய வேண்டாம். நானே டெல்லிக்குப் பெயர்ந்து விடுகிறேன்" என்றான் அந்தக் கணவன்.

5

1952 ஆண்டில் ஃபெரோஸ் நேருவின் மருகர் என்ற உறவாக நிலைத்துவிடாமல், ரேபரேலி தொகுதியில் நின்று வெற்றி பெற்று, அரசியலில் தன்னை நிலை நிறுத்திக் கொண்டார். லோக் சபா உறுப்பினர் என்ற தனிமதிப்புடன் டெல்லியில் தனி வீட்டில் வந்து வசித்தார். காங்கிரஸ் கட்சியில்தான் தேர்ந்தெடுக்கப் பட்டிருந்தார். என்றாலும் ஏனைய காங்-

கிரஸ் அரசியல் வாதிகளைப் போல் தலைவர் நேரு நாவசைத்து எழுப்பும் ஒலியெல்லாம் தெய்வ வாக்கென்று கருதிப் போற்றிக் குழைந்து பணிந்து துதித்த அரசியல் வாதிகளிடையே இவர் தனித்து இயங்கினார்.நேரு பதவிக்கு வந்து பதினைந்தாண்டுகளான போது, ஃபேரோஸ் ஆளும் காங்கிரஸ் கட்சிக்குள்ளேயே ஃபெரோஸ் ஒரு சோஷியலிச அணியைத் தோற்றுவித்திருந்தார். ஏறக்குறைய எதிர்க்கட்சிக்காரர்களுக்கு வேலையில்லை என்ற நிலையை உருவாக்கிவிட்டார்.

தனி வீட்டில்தான் தங்கல்... ஆனால், காலை உணவு கொள்ள, மனைவி மக்களுடன் மகிழ்ந்து பழக, பிரதமர் மாளிகையான தீன்மூர்த்தி பவனுக்கு வருவார். உறவு, குடும்பம், என்ற நெருக்கத்தில் பிரதம மந்திரி மாளிகை விருந்தினர் மேசை விதிகளைக் கடைப்பிடிக்க வேண்டும் என்பது அபத்தம்தான். என்றாலும் பிரதமர் மாளிகைக் காலை உணவு நேரம் என்றால், அது மகள், மருமகன் என்ற குடும்பக் கூட்டுக்கு அடங்கியதல்லவே? அந்த மருகர் சில அடிப்படை விதிகளையேனும் மரியாதைகளையேனும் கடைப் பிடிக்க வேண்டும் என்று இந்திரா பெரிதும் எதிர்பார்த்தார். ஆனால் மருகர், வேண்டுமென்றே அவற்றை அலட்சியமாக நினைத்தது, அன்பு மனைவிக்குச் சொல்லவும் முடியாமல், மெல்லவும் முடியாமல் தரும சங்கடமாக இருந்தது.

1956ம் ஆண்டில் குருஷ்சேவ் - புல்கானின் இருவரும் இந்தியாவுக்கு வந்தார்கள். இரும்புத்திரை போட்டுக் கொண்டிருந்த கம்யூனிச சோவியத் நாட்டிலிருந்து திரை விலக வெளி வந்த முதல் சோவித் தலைவர்கள் அவர்கள். அப்போது ஏற்பாடு செய்யப்பட்டிருந்த பொதுக் கூட்டத்துக்கு மிகவும் இறுக்கமான பாதுகாப்பு நடவடிக்கைகள் மேற்கொள்ளப் பட்டிருந்தன. இந்திரா, அரசு ரீதியாக, எந்தப் பதவியும் இல்லாதவளென்றாலும், பிரதம மந்திரியின் மகள், எல்லோராலும் அறியப்பட்டவர் என்ற செல்வாக்கில் பொதுக்கூட்டத்தில் தனியிடத்தில் சென்றமர இடமும் மரியதையும் பெற்றுவிட்டாள். ஆனால், தன் லோக் சபா உறுப்பினர் என்ற முத்திரையுடன், தன் அணியைச் சேர்ந்த தோழர்களுடன் உள்ளே இட மரியாதை கிடைக்க வில்லை என்பது மட்டுமில்லை, அருகே செல்லவே முடியாமல் பாதுகாப்புப் படையினரால் தடுத்து நிறுத்தப் பட்டார்.

ஃபெரோஸ் இந்த நடவடிக்கையை அலட்சியமாக வெறும் பாதுகாப்பு நடவடிக்கை என்று விட்டு விடவில்லை. மக்களவையில் இந்த முறைகேட்டைக் கொண்டுவந்து நேருவை மன்னிப்புக் கோரச் செய்யுமளவுக்குப் பிரச்னை யாக்கினார் மருமகன்.

இன்னொருமுறை, காங்கிரஸ் அகில இந்தியக் கமிட்டிக் கூட்டத்தில், தலைவர் நேரு, பிரதிநிதிகள் தத்தம் மனைவி, மக்கள் என்று உறவினரைக் கூட்டி வருவதை வன்மையாகக் கண்டனம் செய்தார்.

அப்போது ஃபெரோஸ் சட்டென்று எழுந்தார். "நான் என் மனைவியைக் கூட்டிவரவில்லை." என்றார் பலத்த சிரிப்புக்கிடையே. ஆனால் நேரு செல்லுமிடமெல்லாம் மகள் வருகிறாளே! நேருவுக்கு மிகவும் சங்கடமாகப் போயிற்று.

இத்தகைய சந்தர்ப்பங்களில் இந்திரா தரும சங்கடத்தின் உச்ச நிலையில் தவித்தாள் எனலாம். அவள் கணவரை நன்றாகப் புரிந்து கொண்டிருந்தாள். ஆனால், "என் கணவர் இங்கு அவமானம் செய்யப்பட்டார். அவரிருக்குமிடம் தான் எனக்கு அயோத்தி. இந்த விநாடியே நான் இந்த மாளிகையை விட்டுப் போகிறேன்" என்று நாடக, சினிமா, கற்புக் கதா-

நாயகிகளைப்போல் வெளியேறவில்லை.

கணவரின் தன்னுணர்வு, நேருவுக்கு நெருங்கிய முக்கிய நண்பர்கள் விருந்தாளியாக வந்த நேரங்களில் கூட முனைந்து, மாமனாரை அலட்சியமாகக் கருதச் செய்ததை இந்திரா விள்ளவும் முடியாமல் விழுங்கவும் முடியாத நிலையில் ஏற்று, சமாளித்துத்தான் ஆகவேண்டி இருந்தது. ஃபெரோஸ் தமக்கென்று ஓர் இல்லம், நண்பர்கள் என்று சுயேச்சையாக இருந்தார்.

லோக் சபாவில் எதிர்க்கட்சி அணிபோன்றே செயல் பட்டதனால், நேரு, இன்சூரன்ஸ் தொழிலை தேசியமயமாக்கினார். தேசிய மயமாக்கப்பட்ட காப்பீட்டுக் கழகத்தின் பங்குகளைப் பயன்படுத்திய முறைகேட்டை, மீண்டும் தட்டிக் கேட்டு அம்பலத்துக்குக் கொணர்ந்தார். அன்றைய நிதி மந்திரி ஊழலுக்குப் பொறுப்பேற்றுப் பதவி விலகும் அளவுக்குப் போயிற்று. இந்த நியாயங்கள் அனைத்துக்கும் இந்திராவின் கணவன் ஃபெரோஸ் தாம் பொறுப்பாளி. ஆளும் கட்சியேயானாலும், அன்றைய இத்தகைய கட்சிக்குள் இருந்த ஜனநாயகப் பண்பு மிகவும் பாராட்டக் கூடியதாகும்.

வீட்டுக்குள் என்று வரும்போது, ஃபெரோஸின் அலட்சியம், இந்திராவுக்கு முள்ளாகவே உறுத்திற்று. கருத்து வேற்றுமை இயல்புதான். விமரிசனம் தவறில்லை. ஆனால் அதுவே முனைப்பாக வாழ்க்கையில் முக்கியத்துவம் பெற்ற போது, அது பிளவுக்கும் அடிகோலுவதாகவே ஆயிற்று.

இந்திராவுக்குக் கணவரின் போக்கு சரியல்ல என்று பட்டாலும், அவர் வேற்றுமை பாராட்டினாலும் பெரிது படுத்தாமல் விடுத்தாள். வெளியே கணவன் - மனைவி உறவு பற்றி மட்டுமில்லாமல், ஃபெரோஸின் நடத்தை பற்றியும் பல வதந்திகள் உலவின. இந்திரா பொருட்படுத்தாததனால், இவர்களிடையே உள்ள மண உறவு, சிலும்பல்கள் என்று கூடச்சொல்லிவிட முடியாதபடி அமைதியாகவே இருந்தது எனலாம்.

இந்திரா மேலும் மேலும் அரசியலில் மூழ்குவதை ஃபெரோஸ் ஆதரித்தார் என்றே கூறலாம். என்றாலும் இந்திரா தந்தையின் நிழலில்தான் இயங்கினாள். நேருவை அக்காலத்தில் துதிபாடுகிறவர்களும் பதவி வேட்டைக்காரருமே சூழ்ந்திருந்தனர். அறிந்தோ அறியாமலோ, நேரு அத்தகைய பொய்முகங்களை விலக்கவுமில்லை; ஊக்கவுமில்லை. அவர்களைக் கண்டு கொள்ளாதவர் போல் அநுமதிக்கும் நடப்பு, ஃபெரோஸுக்குச் சிறிதும் பிடிக்கவில்லை என்பதை இந்திரா அறிந்திருந்தாள். ஆனால் அவளால் என்ன செய்யமுடியும்?

இந்திரா அடிநிலை - காங்கிரஸ் உறுப்பினர் என்ற இடத்திலிருந்து பெண்கள் அணிப் பொறுப்பு என்று படிப் படியாகத் தீவிரக் கட்சிப் பதவிகளுக்கு ஏறியிருந்தாள். 1959 மே மாதத்தில், தந்தையின் தொகுதியில் உள்ள சில கிராமங்களைப் பார்வையிடச் சென்றிருந்தார். அப்போது தான் காங்கிரஸ் செயற்குழு, ஏகமனதாகத் தன்னைக் கட்சித் தலைமைப் பதவிக்குத் தேர்ந்தெடுத்திருப்பதாகச் செய்தி வந்தது.

தந்தையின் நிழல் போல் எல்லா அரங்குகளிலும் அவருக்குப் பின்னே அறிமுகமாயிருந்த இந்திரா இவ்வாறு எந்த விதமான முறையான போட்டியும் தேர்தலும் இல்லாமலே காங்கிரஸ் தலைவியாக்கப்பட்டாள்.

சரியாக ஓராண்டுக்காலம் கூட இந்தப் பதவியில் இந்திரா நீடித்திருக்கவில்லை.

ஏன்?

இந்தப் பதவிக்குப் பின்னே, அப்போதைய அரசியல் நிலையை கவனித்துப் பார்ப்பது அவசியமாகிறது.

6

1957ம் ஆண்டு நடைபெற்ற பொதுத் தேர்தலில் கேரளத்தில் பொது உடமைக் கட்சி வெற்றி பெற்று அரசு அமைத்தது.

இது உலகிலேயே முதன் முறையாக நடைபெற்ற அதிசயம். ஏனெனில் பொது உடமைத் தத்துவ அரசியலில், ஜனநாயகத் தேர்தல் முறை என்பது ஒப்புக் கொள்ளப்படாத ஓர் அம்சமாகும். பொது உடமைக் கோட்பாடே புரட்சியில் நிலை கொண்டதாகும். இடைநிலை பூர்ஷ்வா வருக்கம் கீழே போய், கீழிருந்த பாட்டாளி வருக்கம் மேலாண்மை பெறும் சமுதாய மாற்றம், இந்த ஜனநாயகத் தேர்தல் முறையில் நடைபெறாது என்பது அவர்கள் கருத்து. மெள்ள மெள்ள மாற்றம் என்று காத்திருக்கும் நேரத்தில் பிற்போக்குச் சக்திகள், இலட்சியத்தை முறியடிக்கத் தலையெடுத்து நாசமாக்கிவிடும் என்பதும், பிற்போக்குச் சக்தி தலையெடுக்காமல், சட்டென்று ஆயுதபலத்தின் முனைப்பில் மாற்றத்தைக் கொண்டுவந்து, பிற்போக்குச் சக்திகளைக் கிள்ளி விட வேண்டும் என்பதே அவர்கள் பொது உடமை சமத்துவத்தை நடைமுறையாக்கக் கையாளும் வழிமுறை.

ஆனால் இந்திய ஜனநாயகத் தேர்தலில், பொது உடமைக் கட்சி அமோக வாக்குகளைப் பெற்று ஆட்சி பீடத்துக்கு வந்தது. பல்வேறு மொழி, இன, சமய, பிராந்திய பேதங்களும் கலாசாரங்களும் கொண்ட இந்தப் பாரத நாட்டில் முன்குறிப்பிட்ட புரட்சி நடப்பைப் பற்றிக் கற்பனை கூடச் செய்ய முடியாது. எனவே இந்தியப் பொதுஉடமைக் கட்சி, ஜனநாயகத் தேர்தலில் போட்டி இட்டு, முறைப்படி கேரளமக்களால் தேர்ந்தெடுக்கப்பட்டு ஆட்சி செய்ய வந்திருந்தது. எனவே இந்த நிகழ்ச்சி, உலக அரசியல் வரலாற்றில் முக்கியத்துவம் பெற்றது.

இந்தக் கட்சியினர் ஆட்சிக்கு வந்ததும், மக்களின் நலனைக் கருத்தில் கொண்டு தாங்கள் வாக்களித்தபடியே செயல்படலாயினர். அமைச்சர்கள் தனியான 'கனம்'பெற்று படகுக் கார்களில் பவனி வரவில்லை. மக்களோடு மக்களாக எந்தவொரு ஆடம்பரமுமின்றி, ஆட்சி செய்யலானர்கள். நிலச்சீர்திருத்தம், கல்வி மேம்பாடு என்று மளமளவென்று வாக்குறுதிகள் தேர்தல் நேரச் சொல்லலங்காரங்களல்ல என்று அவர்கள் நிரூபிக்க முற்பட்டனர். 'அந்த நாளைய தியாகங்கள்' என்ற குதிரையிலேறிச் சவாரி செய்து கொண்டிருந்த காங்கிரஸ் ஆட்சியாளருக்கு அடிவயிற்றில் கிலி பிடித்தது. இந்தக் கேரள முன்னோடிகளை இப்படியே செயல்படவிட்டால், இவர்களுடைய பொய்க்குதிரைகளின் கதி என்னவாகும்?

ஆனால், டெல்லியில் பிரதமராகப் பதவி வகிப்பவர் யார்?

ஜவாஹர்லால் நேரு...

1927ம் ஆண்டு சோவியத் நாட்டின் பொதுவுடமைப் புதுமைகளைக் கண்டு கிளர்ச்சியுடன் மகளுக்கு எழுதியவர். முதலாளித்துவத்துக்கும் நில உடமைப் பிரபுத்துவத்துக்கும் கடும் எதிரி என்று தன்னை இனம் காட்டிக் கொள்ள சமதர்ம மந்திரம் ஓதுபவர். உலகத் தலைவர்களிடையே 'ஆசியாவின் ஜோதி' என்ற புகழ் பெற்றவர்.

இவருடைய தலைமையில் இவர் கண்முன் நியாயமாக ஜனநாயக முறையில் ஆட்சிக்கு வந்திருக்கும் பொது உடமை அரசுக்குத் தீங்கிழைக்கலாமா? குழிபறிக்க முடியுமா? வேறு யார் தலைவராக வந்தாலும் அவர் மீது நேருவின் ஒளிபடியாமல் இருக்க முடியாது. நேரு-

வின் கை அந்த ஆட்சிக் கலைப்பில் இருப்பதாகவே கூச்சல் எழும். 'நேரு' என்ற பெருமகனுக்கு அவர் புகழுக்கு, நேர்மையான ஆட்சியைக் கலைத்தவர் என்ற களங்கம் வரலாமா?

எனவே இந்திரா தலைவியாக்கப்படுகிறார். தேர்ந்தெடுத்தல் என்பதற்கு இங்கு ஏகமனதான நியமனம் என்பது தான் பொருள்.

மக்கள் மனங்களில் காங்கிரஸ், இராம இராச்சியத்தைத் தோற்றுவிக்கும் பாரம்பரியத்தில் வந்ததென்ற பிரமையை ஏற்படுத்தியிருந்தது. இந்தக் காங்கிரஸ் வயது வந்தோருக்கு வாக்குரிமை என்ற சமத்துவத்தை முன்வைத்து ஆதரிச நாயகரான நேருவின் ஆட்சியில், ஓர் ஆட்சிவதம் செய்ய வேண்டிய கட்டாயம் ஏற்பட்டுவிட்டது.

இது ஒரு வாலிவதம் தான்.

இந்திரா இந்த வதத்தைச் செய்வதற்காகவே ஓராண்டுக் காலத்துக்குப் பதவி அவருக்கு அளிக்கப்பட்டது. காங்கிரஸ் மாநாடு, தலைமையுரை என்ற சடங்குகள் ஏதுமின்றி, பதவி வகித்து எதிர்பார்த்ததைச் செய்து முடித்தார். அப்படி எந்த சடங்குகளுமில்லாமல் காங்கிரசின் தலைமைப் பதவியை அலங்கரித்துச் சென்றவர் இந்திரா ஒருவரேதாம்...

இந்திரா மட்டும் இதை மனமொப்பிச் செய்திருக்க முடியுமா? தந்தையின் சோஷியலிசப் பாடங்களில், தம்முடைய அநுபவங்களில், இளமையிலிருந்து ஊறிவந்து பொருளாதார சமத்துவக் கருத்துக்களில் அவர் மனம் கொண்டிருக்கவில்லையா? ஆடம்பரமான செல்வக் குடும்பத்தில் பிறந்திருந்தாலும் இந்திராவின் இளமைப் பருவமே வித்தியாசமாக இருந்திருக்கிறது. இத்தகைய இந்திரா, காங்கிரஸ் கட்சியின் மேலாண்மைக்கு ஊறு ஏற் படும் ஒரு நியாயமான ஆட்சியைக் கவிழ்க்கும் ஒரு செயலுக்கு எப்படித் தம்மை உட்படுத்திக் கொண்டார்?

ஒரு பெண், இளமையில் பெற்றோர், வாலிபப் பருவத்தில் கணவன், முதிர்ந்த வயதில் மக்கள் என்ற சார்பிலேயே செயல்படுகிறாள். அவளுக்கென்ற தனித் தன்மை இல்லை என்ற கருத்தை உண்மை என்று ஒப்ப வேண்டும். இல்லையேல், இவர்களுடைய சோஷலிசப் பார்வை என்பது வெறும் வெளி வேஷம்; உள்ளத் தினுள்ளே, ஆட்சி செய்யும் காங்கிரஸ்-பதவி என்ற சுயநலங்களில் தான் இயங்கி இருக்கிறாள் என்பதை ஒத்துக் கொள்ளும்படி இருக்கிறது.

எது எப்படியாயினும், இன்றைய கேரள-பொது உடமை அரசைக் கலைத்த நியாயமற்ற செயல், காங்கிரஸின் வரலாற்றில் ஒரு கரும்புள்ளிதான்; அந்தப் புள்ளியைக் குத்துவதற்கு இந்திரா பொறுப்பேற்றிருந்தார்.

வீட்டுச் சொந்தக்காரருக்கு, மழைக்கு ஒதுங்க வந்த ஏழை எளியவருக்கு இடம் தர மனமிருக்காது, ஆனால் அந்தப் பழியை அவர் ஏற்க மாட்டார். "நான் என்ன செய்யட்டும்பா! வீட்டிலே அம்மா வீணா சத்தம் போடு வாங்க. உங்களுக்குக் கஷ்டமா இருக்கும். வேற எங்கனாலும் பார்த்துப்போங்க?" என்பார்!

பெண்...

பழி ஏற்க அவள் உகந்தவள்.

இந்தி விதி இந்திராவையும் விட்டு விடவில்லை.

7

முதல் தடவையாக ஃபெரோஸுக்கு இதய நோய் கண்ட போது இந்திரா உள்ளூறக் கலங்கிப் போனார். பல ஆண்டுகள் நெருங்கி உணரும் சந்தர்ப்பம் இசையாது இருந்த தம்பதி, பதினான்கும் பன்னிரண்டுமாக இருந்த இரு புதல்வர்களுடன் காச்மீரத்திலுள்ள நேரு குடும்ப மூதாதையர் இல்லத்தில் ஓய்வாக இருந்து மகிழ்ச்சி காணச் சென்றனர். இதய நோய்ச் சிகிச்சையில் இருந்து உடல் தேறி வரும் கணவருடன் மிக அன்பாக, பரிவாக ஒன்றி மகிழ்ச்சி கண்டார். அழகிய சூழல்; அரசியல் சந்தடிகள் அன்றாட நியமங்களில் புகுந்து குழப்பாத தனிமை. கணவர், மனைவி, புதல்வர்கள் பெற்றோர்...

இந்தக் குடும்ப நிறைவுக்கு ஏது ஈடு இணை?

சில வாரங்கள் உடலுக்கும் மனங்களுக்கும் உற்சாகமும் தெம்பும் பெற்றுக் கொண்டு டெல்லி திரும்பினார்.

இந்திரா அரசியலில் தீவிரமாக ஈடுபட்டார். ஃபேரோஸும் வழக்கப்படி முழுமூச்சுடன் தம் பணிகளில் ஒன்றினார்.

என்றாலும் இதயம் ஏற்கவில்லை. மீண்டும் செப்டம்பர் 1960இல் இதய நோவு அவரைத் தாக்கியது. அப்போதும் இந்திரா கேரளத்தில் சுற்றுப்பயணம் செய்து கொண்டிருந்தார். செய்தி எட்டியதும் விரைந்து பறந்து கணவரின் அருகாமைக்கு வந்தார். கருத்துடன் அருகிருந்து பேணினார். அடுத்தநாளே, செப்டம்பர், ஒன்பதில், ஃபெரோஸ் மனைவியின் கையைப் பற்றியவாறே உயிர் துறந்தார்.

இந்திரா துயரம் தாங்காதவரானார்.

நண்பர் ஒருவருக்கு இவ்வாறு அவர் கடிதத்தில் எழுதினார்.

“துயரம் தாங்க முடியாமலிருக்கிறது. நானும் ஃபெரோஸும் மனவேற்றுமை கொண்டு சண்டை போட்டிருக்கிறோம். ஆனால், இத்தனை ஆண்டுகளில் எங்கள் பந்தம் நலிந்தோ பிரிவை நாடியோ போனதில்லை. மாறாக எங்கள் பிணைப்பு, நட்பு, சிநேகம், இன்னமும் இறுக்க மாகவே வலிமை பெற்று வந்திருக்கிறது. பிள்ளைகளுக்கு ஒரு தாயின் அன்பை விட தந்தையின் ஆதரவும் அருகாமையும் வேண்டியிருக்கும் இந்த முக்கியமான பருவத்தில், தந்தை இல்லாதவராகி விட்டார்... நான் என்னுள் வெறுமையாகிப் போனேன். உயிர்த்துவம் மடிந்து விட்டது...” இதயத்தைத் தொடும் ஆற்றாமை இது.

“திருமணத்தின் பயனே பிள்ளைகள்தாம். தாய்மைப் பேறில்லாத குடும்ப வாழ்க்கை வாழ்க்கையா?” என்று தீவிரமாக மருத்துவர் எச்சரிக்கைகளை மீறி இரண்டு மக்களைப் பெற்ற இந்திரா, அவர்கள் நன்கு வளர்க்கப்பட வேண்டும் என்ற இலட்சியமும் கொண்டிருந்தார். மக்களுக்குத் தாயன்புடன் தந்தையின் அரவணைப்பும் நெருக்கமும் மிகவும் அவசியம் என்று, வாரந்தோறும் சிறுவர்களை அழைத்துக் கொண்டு டெல்லிக்கும் லக்னௌவுக்குமாகப் பாவு போட்டாரே? அந்தப் பிள்ளைகளின் வளர்ப்பு அவர் கருதியபடி நடந்ததா, இல்லையா என்றால், இல்லைதான்.

பிரதம மந்திரியின் வீட்டு ஆடம்பரச் செல்வாக்கும் எப்போதும் குழுமியுள்ள துதிபாடுவோரின் இச்சகமும் போலியான வாஞ்சைகளும் பிள்ளைகளுக்கு உண்மையான நடப்பியல் உலக வாழ்வின் உண்மைகளை மறைத்துவிட்டன. உண்மை உலகம் தெரியாமலே அவர்கள் வளர்ந்தனர் எனலாம். மூத்தவன் ராஜீவ் இயல்பில் எளிமை விரும்பும் சங்கோசி என்றாலும்,

இளையவன் சஞ்சய் அப்படி இல்லை. தான் இந்திய நாட்டை ஆளும் பிரதம மந்திரியின் பேரப் பிள்ளை, அரசிளங்குமரன் என்ற மேலான ஆணவக்கருத்தில் பதம் பெற்றுக் கொண்டிருந்தான்.

இந்தப் பையன்கள் எளிய நடுத்தர வருக்கப் பிரதி நிதியான தந்தையின் அரவணைப்பிலும், அருகாமையிலும் திளைக்கும் தனித்ததொரு வீட்டில் தாயன்பு மீதூர வளர்ச்சி பெற்றிருந்தால், அவர்கள் உலகை வேறுவிதமாகப் புரிந்து கொண்டிருப்பார்கள். உழைப்பு, தன்னலம் கருதா மேன்மை ஆகிய குணங்கள் இயல்பில் படிந்துவிட்டிருக்கும்.

மூத்தவன் ஒழுங்கு பாலிப்பதில் தாய் சொல்லைக் கேட்டு நடப்பவனாக இருந்தாலும், இளையவன் கோடுகளைத் தாண்டிச் செல்வதில்தான் கருத்தாக இருந்தான். கல்வி ஒழுக்கம் என்ற கருத்தோ, நாட்டமோ அவன் மனதைத் தீண்டவேயில்லை எனலாம்.

செல்வக் குடும்பங்களில் உதித்த சிறுவர்களுக்கும், அரசிளங்குமரர்களுக்குமே பெரும்பாலாகக் கல்வி பயிற்றிய டேராடூன் பள்ளிக்கு இச்சிறுவர்கள் அனுப்பப்பட்டனர். தான் பிரதமரின் பேரப்பிள்ளை என்ற மிதப்பில், சஞ்சயின் அத்துமீறும் செயல்கள் பள்ளி ஆசிரிய நிர்வாகிகளுக்கு தலை வேதனையாயிற்று. இந்திரா, வேறு வழியின்றி அவன் பள்ளிப் படிப்பை முடிக்காத நிலையிலேயே அவனை டெல்லிக்கு அழைத்துக்கொள்ள வேண்டியதாயிற்று.

ராஜீவுக்குத் தந்தையின் இயந்திர-தொழில் நுட்பவியல் ஆர்வம் மிகவும் கவர்ச்சியாக இருந்தது. சஞ்சயோ, அந்த வயசிலேயே 'அரசியல்' நாட்டம் கொண்டவனாக, லோக் சபாவில் பார்வையாளர் காலரியில் இருந்து தந்தையை மிக உன்னிப்பாகக் கவனித்தான்.

இந்தப் பையனை உருப்படியாக்க, மேலே தொழில் நுட்பக் கல்வியோ, பயிற்சியோ அளிக்கலாம் என்று முடிவு செய்தார் இந்திரா. உள்நாட்டில் எங்கே கல்வி பயில அனுப்பி வைத்தாலும், பிரதம மந்திரியின் பேரர்கள் என்ற சார்பை மீறி, சுயச்சார்பும் தனித்துச் செயல்படும் திறமையும் வளருவது அசாத்தியம். குறிப்பாக சஞ்சயனுக்கு அந்த எண்ணம் அகல வேண்டும். எனவே பையன்களை வெளி நாட்டுக்கு அனுப்ப முடிவு செய்து, இந்திரா தீவிரமாக இருந்தார். இங்கிலாந்துக்கு அனுப்பப் பெற்றனர்.

இது குறித்து அந்நாளைய லோக்சபாவில் கேள்விகள் எழாமல் இல்லை. "நேரு குடும்பத்துப் பையன்கள், இங்கு இல்லாத உயர் கல்வி பெற இங்கிலாந்துக்கு அனுப்பப் பெற்றிருக்கின்றனரா? சுதந்திர இந்தியாவில் இந்தத் தொழில் நுட்பக் கல்விப் பயிற்சிக்குக்கூட வாய்ப்பு இல்லையா?... இதற்கு மட்டும் அந்நியச் செலாவணி எப்படிக் கிடைக்கிறது?" என்று எதிர்க்கட்சியினர் குடைந்தார்கள்.

இக்கேள்விகளைச் சமாளிப்பது அப்போது கடினமாகவே இல்லை. நேருவின் புத்தக விற்பனையிலிருந்து பெறும் அந்நியச் செலாவணி பையன்கள் படிப்புக்குச் சரியாக இருக்கும் என்று காட்டப்பட்டது. ஆனால், இந்திரா கனவு கண்டாற்போல், பையன்கள் கல்வியிலும் திறமையிலும் பிரகாசித்தார்களா? குறிப்பாக சஞ்சய், அறிவியலிலும் ஆற்றலிலும் ஒழுக்கப்பண்பிலும் நேரு குடும்ப விளக்கை உயர்த்திப் பிடிக்கும் வண்ணம் உருவானானா?

ராஜீவ் கேம்பிரிட்ஜ் பல்கலைக் கழகத்தில் சேர்ந்தான். சராசரி மாணவர்களைப் போல்தான் படித்தான். காதலும் வந்தது. ஆனால் எதிர்பார்த்தபடி பட்டம் பெறவில்லை. படிப்பை விட்டுவிட்டுத் தொழில் நுட்பம் பயில வேறு ஒரு தொழில் நிறுவனத்தில் சேர்ந்தான். அதிலும் ஓராண்டே நிலைத் தான். பட்டயம் ஏதும் பெறவில்லை. இதற்குள் சோனியா என்ற

இத்தாலிய நங்கையின் காதலில் உறுதியாக நின்று திருமணம் செய்து கொள்ள முடிவு செய்தான். இங்கிலாந்துக்கு வந்த தாய் தன் காதலியைச் சந்திக்க ஏற்பாடு செய்தான். இந்திராவுக்குத் தம் மகனின் காதலியைப் பிடித்துப் போயிற்று. அவர்கள் காதலும் உறுதியாக இருப்பதாகவே நினைத்தார் என்றாலும் திருமணத்துக்கு அவசரப் படவில்லை.

ராஜீவ் அரசியலில் சிறிதும் ஈடுபாடு கொண்டிருக்க வில்லை. பல்கலைக்கழகத்திலும், மாணவரிடையேயும் வேறு அரங்குகளிலும் அரசியல் விவாதங்கள் நிகழ்வதுண்டு. இந்திய அரசியல் தொழிற்பயிற்சி அது. சஞ்சய் இரண்டான்டுகளே அதில் நிலைத்திருந்தான். பிறகு அவனுக்குப் பிடிக்கவில்லை.

“என்ன கற்றுக்கொள்ள வேண்டுமோ, அதெல்லாம் நான் கற்றுக்கொண்டாயிற்று. மேலும் இங்கு காலத்தைக் கழிப்பது வீண்!” என்றான்.

8

பையன்கள் இங்கிலாந்திலிருந்த காலத்தில் இந்திய அரசியலில் குறிப்பிடத்தகுந்த நிகழ்ச்சிகளும் விளைவுகளும் ஏற்பட்டிருந்தன.

பஞ்சசீலக் கொள்கையைப் பற்றி நின்ற நேருவுக்கு, சீனப் படையெடுப்பு நெஞ்சில் விழுந்த ஓர் அடியாயிற்று. அவர் உள்ளுற ஆடிப்போனார். 1964ம் ஆண்டுத் துவக்கத்தில் புவனேசுவரம் காங்கிரசில் அவர் பங்கு கொண்டபோது பாரிச வாயுவினால் பாதிக்கப்பெற்றார். அதே ஆண்டில் மே மாதக் கடைசி வாரத்தில் அவர் காலமானார். பதினேழாண்டுக் காலம் ‘ஏகபோகம்’ என்ற நிலையில் உறுதியாக நின்ற காங்கிரஸ் ஆட்சியின் தூண் சாய்ந்து விட்டது.

இந்திராவைப் பொறுத்தமட்டில் தந்தையின் மறைவு எதிர்பார்த்தது தானென்றாலும், அதற்குள் பையன்கள் இருவரும் ஒரு வாழ்வுக்கு உருவாகி நிலைக்கத் தலை தூக்கி இருக்கவில்லை. தம் வாழ்க்கையில் இந்திராவுக்கு இது ஒரு பெருங்கவலையாகவே இருந்தது.

பாட்டனாருக்கு வாரிசான பேரர்கள் பறந்து வந்தனர். மூத்தவன் கொள்ளி போட்டான். திரிவேணி சங்கமத்தில் இறுதிச் சடங்கும் செய்தான். நேரு காலமானதும், அதுகாறும் மறைவில் கேட்கப்பட்டு வந்த “நேருவுக்குப் பின் அரசியலில் யார்?” என்ற வினா தலைதூக்கியது.

இதற்கு விடை ஊகமாகவே தொக்கி நின்றது.

ஜனநாயகத்தின் பெயரில் ஒரு மன்னர் பரம்பரை உருவாக்கப் பெறுமா என்ற மறு கேள்விதான் அது.

இடைக்காலப் பிரதமராகக் குல்ஜாரிலால் நந்தா நியமனமானார். இந்திரா அப்போதே அரசியல் பொறுப்பேற்க அழைக்கப்பட்டார் என்றும் அப்போதைய துயர நிலையில் அவர் பதவியேற்க முன்வரவில்லை என்றும் சொல்லப்படுகிறது.

எனவே பொருளாதாரம் சார்ந்து அடிமட்டத்தில், கட்சியின் வேர் முனை நிலையில் உயிரோட்டமாக இயங்கி வந்த லால்பஹாதூர் சாஸ்திரி பிரதமராகத் தேர்ந்தெடுக்கப்பட்டார்.

சாஸ்திரி பிரதமரானதும், மீண்டும், வெளியுறவு அமைச்சராகப் பதவியேற்க இந்திரா அழைக்கப்பட்டார் என்றும், அவர் அத்தகைய கனமான பொறுப்பை ஏற்க முன் வரவில்லை என்றும், அதிகக் கனமில்லாத தகவல் - ஒலிபரப்புத் துறை அமைச்சராகப் பொறுப்புத் தரப்பட்டது என்றும் கூறப்படுகிறது. அவர் தகவல் ஒலிபரப்புத்துறை அமைச்சராகப் பணியாற்றி-

யதை அனைவரும் அறிவோம்.

இதே விஷயம் குறித்து, இன்னோர் அரசியல் பிரமுகர், வேறு விதமாகவும் கருத்துரைத்திருக்கிறார்.

“சாஸ்திரிஜிக்கும் இந்திராவுக்குமிடையே அவ்வளவு சுமுகமான பிடிப்பு இருந்திருக்கவில்லை என்றும், சாஸ்திரிஜி நேரு குடும்பத்தலைவர் ஒருவர் அமைச்சரவையில் இடம்பெற வேண்டும் என்று அவசியம் கருதினாலும் நேருவின் சகோதரி திருமதி விஜயலட்சுமி பண்டிட்டுக்கு அமைச்சர் பதவி கொடுப்பதையே விரும்பினார்; ஆனால் மற்றவர் முயற்சியினால் அதை அவர் இந்திராவுக்கு அளிக்க வேண்டிய கட்டாயம் ஏற்பட்டது” என்று கூறுகிறார்.

மேலும் அவர், சாஸ்திரிஜி தாஷ்கன்ட் உடன் படிக்கையில் கையெழுத்திட்டு விட்டுத்திரும்பியதும் முதல் காரியமாக இந்திராவை இங்கிலாந்து நாட்டுக்கு இந்தியத் தூதராக்கி, இந்த அரசியல் அரங்கைவிட்டே வெளியேற்ற எண்ணம் கொண்டிருந்தார் என்றும் தெரிவிக்கிறார்.

எது எப்படியோ சாஸ்திரிஜி தாஷ்கன்டிலிருந்து உயிருடன் திரும்பி வரவில்லை.

இந்திரா, அடுத்தமுறை பிரிட்டனுக்கு இந்தியப் பிரதமராகத்தான் விஜயம் செய்தார்.

சாஸ்திரியின் அமைச்சரவையில் இந்திரா மிகப் பொறுப்புடனேயே பணியாற்றினார். 1965 இல் இந்தியா பாகிஸ்தான் போர்மூண்ட போது சாஸ்திரியின் அமைச்சரவையில் இருந்து. போர்முனைக்குச் சென்று வீரர்களைப் பெருமைப்படுத்தி ஊக்கிய முதல் அமைச்சர் இந்திராதாம்.

லால்பகாதூரின் பதவிக்காலத்தை, இந்திரா பதவிக்கு வருவதற்கான வழி அமைக்கும் ஓர் இடைக்காலம் என்றே கூறலாம்.

இது ஜனநாயகம்-வம்சாவளி அரசல்ல என்பதை அறிவுறுத்துவது போல் மக்களுக்கு ஒரு சமாதானமாகவே அமைந்தது. இதுவும் எப்படியோ திட்டமிட்டாற் போல் தான் நிகழ்ந்துவிட்டது எனலாம்.

மீண்டும் குல்ஜாரிலால் நந்தாதான் தற்காலிகப் பிரதமரானார். ஒருபுறம் ஜனநாயகத்தில் பொறுப்பு ஏற்கும் ஆட்சியாளர் மக்களுக்குத் தொண்டாற்றுவதற்கே ஏற்பதாகச் சொல்லப்படுகிறது. ஆனால் இந்தத் தொண்டாற்றும் பொறுப்புக்குத் தலைவர்களாக ஏற்றுக் கொள்ளப்பட்டவர்களும், ஏற்றுக் கொள்ளபடாதவர் களும் அந்நாளை முடியரசு வாரிசுகளைப் போல் செயல்படுவதையே வரலாறு மெய்ப்பித்து வருகிறது. சூழ்ச்சிகளும், திரை மறைவு நாடகங்களும், சதிகளும் இன்றும் நடக்கின்றன. தேர்தலுக்கு நிற்பதே பதவி என்னும் ‘கரும்புக் கட்டி’க்குத்தான் என்பது வெட்டவெளிச்சமாகி இருக்கிறது. காந்தியடிகள் இலட்சியமாக்கிய அரசியல் வைணவ தருமத்திலிருந்து, அந்தப் பாதையிலிருந்து அகன்று அகன்று, அந்த இலட்சியத்தையே அழித்து விட்ட கயமைகளின் உச்சத்துக்கு இன்றைய இந்திய அரசியல் வந்திருக்கிறது என்றால் மிகையில்லை.

குல்ஜாரிலால் நந்தாவே தொடர்ந்து ஏன் பிரதமராகியிருக்கக் கூடாது? அவருக்குக் கட்சியில் செல்வாக்கோ ஆதரவோ இல்லை. ஒன்றிரண்டு நாட்கள் மரப்பாச்சி ராஜாவாக இருப்பதற்குத்தான் தகுதியாக இருந்தார்.

இந்திராவைப் பிரதமராக்குவது என்ற முடிவை நேரடியாகச் சொல்லாமல் ‘ஜனநாயகம்’ என்று சுற்றி வளைத்துச் செயற்படுத்திய பெருமை தமிழகத்திலிருந்து அகில இந்தியக் காங்-

கிரசின் தலைமைப் பதவியை அப்போது அலங்கரித்திருந்த காமராசரையே சாரும். அக்காலத்தில் காங்கிரசில் ஒரு மூத்த தலைவர்களின் அணி கட்சியை இயக்குவதில் பெரும்பங்கு ஏற்றிருந்தது. இந்த அணியினர் தங்கள் செல்வாக்குக்கு உட்பட்ட ஒருவரைப் பிரதமராக்க வேண்டும் என்று எண்ணினார்கள்.

மொரார்ஜி தேசாய் நேருவின் காலத்தில் அவருடைய 'சகா'வாக அமைச்சரவையில் இருந்தார். அவர் இப்போது பிரதம மந்திரி பதவிக்குப் போட்டியிடுபவராக இருந்தார். அவர் பிரதமராவதில் இந்த மூத்த அணியினருக்கு உடன்பாடு இல்லை. ஏனெனில் இவர்களுடைய செல்வாக்கு அவரிடம் செல்லாது. குல்ஜாரிலால் நந்தாவினால் பயனில்லை. காங்கிரஸ் கட்சியில் நேருவை இழந்ததிலிருந்தே பொலிவு குன்றி உட்பூசல் மலிந்திருந்தது. சில அமைச்சர்களின் மீதான லஞ்ச ஊழல் குற்றங்களும் பொருளாதார நெருக்கடியும் மக்களிடையே கட்சியின்பால் ஓர் அதிருப்தியை விளைவித்திருந்தது.

காமராசரே பிரதம மந்திரிப் பதவியை ஏற்கலாம். அவர் மக்களிடையே செல்வாக்கு மிகுந்த தலைவர்தாம். என்றாலும் தமிழ் மட்டுமே தெரிந்த ஒருவர், பல்வேறு மொழிகள் பேசப்பட்டு வரும் இந்தியத் துணைக் கண்டத்தில் ஏற்படும் பிரச்னைகளை எப்படிச் சமாளிப்பார்?... சர்வதேச அரங்கிலும் அவர் இந்தக் குறைபாடுகளுடன் எப்படிச் சோபிக்க முடியும்?

எனவே, இந்திராதான் எல்லாவகைகளிலும் பொருத்த மானவராகத் தெரிந்தார். நேரு குடும்பத்தின் கவர்ச்சி... அவர் மகளிடம் அமைந்து இருந்தது. சர்வதேச அரங்கில் ஏற்கெனவே அறிமுகமானவர். இந்திய அரசியலிலும் தந்தையின் நிழலாக இருந்து ஒவ்வொரு கட்டத்திலும் மக்களை நன்கு உணர்ந்தவர்; அறிந்தவர்.

கட்சியில் அனைவரும் இந்த முடிவை ஒப்புக் கொண்டாலும் மொரார்ஜிதேசாய் விடவில்லை. போட்டியிட்டார்... போட்டி 'ஜனநாயக' மரபென்று ஒரு சப்பைக் கட்டாகவும் பயன்பட்டது. இந்தியக் குடியரசில் முதல் பெண்ணரசு உதயமாயிற்று.

இந்திரா தம் நாற்பத்தொன்பதாம் வயதில் இந்தியத் துணைக் கண்டத்தை ஆளப் பொறுப்பேற்றார்.

9

ஜனநாயகம் புதிய மன்னர் பரம்பரைபோல் ஓர் ஆட்சியை ஒப்புக்கொண்டது. என்றாலும், இவர் பழைய கருக்கல்களைத் துடைத்துக் கொண்டு ஒளி காணப் புறப்பட்ட புதிய நம்பிக்கை எனலாம். சீதை, நளாயினி வாரிசல்ல, புதிய பெண்மையைத் துலக்க வந்த எடுத்துக்காட்டாக உயர்ந்த சிகரத்தைத் தொட்டிருக்கிறார். இவர் ஒரு மகள்; மனைவி; ஒரு தாயுமாவார். இத்துணை பரிமாணங்களுடன், எழுபது கோடி மக்களை ஆட்சி செய்பவராக, இராஜதந்திரியாகக் கோலோச்ச வந்திருக்கிறாள். இவருடைய தனித்தன்மையும் முழு ஆற்றலும் வெளிப்படக்கூடிய சோதனைக் களத்தில் இறங்கியிருந்தார் என்றும் கொள்ளலாம்.

தாய் பிரதமரானதும் ராஜீவும் சஞ்சயும் அதே ஆண்டில் இந்தியா திரும்பிவிட்டனர். ராஜீவ் திருமணம் செய்து கொள்ளும் உறுதியில் இருந்தான். அத்துடன் விமான மோட்டும் பணியையும் தனக்கென்று நிச்சயித்துக்கொண்டு பயிற்சி பெறச் சேர்ந்தான்.

சஞ்சய்...?

பிரதம மந்திரியின் இளவரசு கட்டிலடங்காக் காளை. இந்திரா ஆட்சிக்கு வந்ததும் உடனடியாக அவருக்குத் தீர்க்க வேண்டிய பல பிரச்னைகள் இருந்தன. ஆகஸ்ட் 1964இல்

இந்திரா ராஜ்ய சபா உறுப்பினராகத் தேர்ந்தெடுக்கப் பட்டார். பிறகே தகவல் ஒலிபரப்புத்-துறை அமைச்சரானார்.

இப்போதோ அவர் பொதுத்தேர்லைச் சந்திக்க வேண்டும். 1967 இல் அதைச் சாதித்தார். தேர்தலில் மிக எளிதாகப் பெரும்பான்மை வாக்குகள் பெற்று, தன் பிரதி நிதித்துவத்தை வெற்றியுடன் உறுதியாக்கிக் கொண்டார். இதற்குப் பிறகுதான் சிக்கல்கள் வலுப்பெற்றன.

காங்கிரஸின் மூத்த அணியினர் தன்னை அவர்கள் கைப்பாவைபோல் சார்ந்து நடக்க வேண்டும் என்ற நோக்குடனேயே தேர்ந்தெடுத்திருக்கின்றனர் என்பதை இந்திரா உணர்ந்து கொண்டார். இவள் அரசியல் அநுபவமில்லாதவள். இன்னும் தேர்தலைச் சந்தித்தவளில்லை. எனவே பெயருக்கு இவளைப் பாவைபோல் வைத்துக் கொண்டு தாமே ஆட்சி செய்யலாம் என்று மனப்பால் குடித்திருந்தவர்கள் எதிர்பாத்திராதது நடந்தது.

இந்திரா தம் அமைச்சரவையில் தம் வயதை ஒத்த இளைஞர்களின் முற்போக்கு எண்-ணங்களுக்கு ஊக்கம் அளித்தார். இந்த இளைஞர் அணியினரின் ஆதரவுடன் பல முற்-போக்கு நடவடிக்கைகளை இந்திரா மேற்கொண்டார். அவற்றில் முக்கியமானது, 1969இல் மே மாதம், பதினான்கு வங்கிகளைத் தேசிய மயமாக்கியதுதான். அதுகாறும் வங்கிகள் வசதி-களுள்ள செல்வருக்கே உதவிவந்தன. மிகப் பெரிய புள்ளிகளே தொழில்களுக்காக வங்கிக்-கடனும் சலுகைகளும் பெற முடிந்தன. இந்த நாட்டின் ஏழை எளியரும், பாமரரும் பயன் பெற வேண்டும், தேசியப் பொருளாதார மேம்பாட்டில் அவர்கள் பங்கும் இன்றியமையாதது என்ற நோக்கில் இந்த மாற்றம் கொண்டு வரப்பட்டது.

இதுமட்டுமின்றி, இந்திரா அதுகாறும் வழங்கப்பெற்று வந்த அரசமானியங்களையும் ஒழித்தார். இந்தத் தீவிர நடவடிக்கைகள் இந்தியாவின் கோடானுகோடி மக்களுக்கும் இந்-திராதான் உண்மையான சமதர்மவாதி, ஏழைப் பங்காளர் என்ற மதிப்பை ஏற்றுவித்தது. ஏற்-கெனவே 1967ம் ஆண்டுத் தேர்தலில் காங்கிரஸ் கோட்டையாகத் திகழ்ந்த தென்னாடு தமி-ழகப் பிராந்தியக் கட்சியான திராவிட முன்னேற்றக் கழக ஆட்சிக்கு வழிவகுத்து விட்டது. இதே தேர்தலில் காமராசர், முன்பின்னறிந்திராத இளைஞன் ஒருவனிடம் தோற்றுப்போனார் என்பதும் குறிப்பிடத்தக்கது.

இந்திரா, சிறிது தீவிரத்துடனும் கருத்துடனும் செயல் படவேண்டியிருந்தது. இந்த நிலை-யில், ‘ஸிண்டிகேட்’ என்ற மூத்த அணியினர், இந்திராவை உண்மையான நேருவின் வாரிசு என்று அவருக்குரிய மதிப்பையும் மரியாதையையும் அளித்திருந்தால் ஒத்துழைத்திருந்தால், நாட்டின் அரசியல் ஒருகால் வேறு மாதிரி உருவாகியிருந்திருக்கலாம். அப்படி யிருந்திருந்-தால் இந்திராவுக்குத் தன்னை உறுதியாக நிலைப் படுத்திக் கொள்வதே முதன்மை பெற்-றிருக்காது. தன் பதவிக்கு எப்போதும் ஊறு வந்துவிடலாம் என்ற உணர்வே எப்படியேனும் அந்த நிலையை வெல்ல வேண்டும் என்ற தீவிரத்துடன் செயல்பட வைக்கிறது, இந்திரா ஒரு சர்வாதிகாரிபோல் செயல்பட்டார் என்றால், அது இந்த பயத்திலிருந்தே துவக்கமாகி-விட்டதெனலாம்.

1969 நவம்பரில், மூத்த அணியினரான காங்கிரஸ், இந்திராவைக் கட்சி நீக்கம் செய்தது. இந்திரா அதே மூச்சுடன் தன் இளைய அணியினரின் பலத்தில் ‘இந்திரா காங்கிரஸ்’ என்ற புதிய கட்சியைத் தோற்றுவித்தார்.

இவருடைய பிம்பம், சாமானிய மக்களின் தெய்வமாக உருவகமாயிற்று. சுறுசுறுப்புடன் மக்களுக்குத் தேவையான முன்னேற்றத் திட்டங்களைக் கொண்டுவரும் காங்கிரஸ் கட்சி இவருடையதே. அந்த மூத்த காங்கிரஸ் செயலிழந்த மாடு, ஊழல் மலிந்தது, ஓட்டமில்லாதது என்று மக்களிடையே பதிவு பெற்றன.

இந்த ஆரம்பம், இந்திரா-இந்தியா என்ற துதிபாடுபவர் கட்சியாக, காங்கிரஸ் வலிமை பெற்றது. அதுகாறும் கட்சிக்குள் ஜனநாயகப் பண்பின் சில இழைகளேனும் எஞ்சி யிருந்தாலும், அவையும் சுத்தமாக இல்லாமலாகிவிட, காலப்போக்கில் கட்சி அரசியலே இந்திரா, அவர் குடும்பம் என்ற பரிணாமம் பெற்றது.

ஆனால் இக்காலங்களில் இந்திரா இந்திய நாட்டின் தலைவர் மட்டுமில்லை, உலகத் தலைவர்களில் ஒருவர் என்று கருதப்படும் அளவுக்கு முன்னேற்றம் கண்டார்.

முக்கியமாக, 70-71இல் ஏற்பட்டது பங்களாதேஷ் பிரச்னை. இந்தப் பிரச்னையை, வெகு சாமார்த்தியமாகவும் தீரத்துடனும் அணுகித் தீர்வு காண்பதில் வெற்றி கண்டார். அமெரிக்கா, சோவியத் நாடு ஆகிய இரு வல்லரசுகளுக்கும் இடையே நட்புறவு, கூட்டுச் சேராக் கொள்கை என்ற கொடியைத் தூக்கிப் பிடித்து, உலக நாடுகளுக்கிடையே இந்தியாவின் புகழை ஏற்றி வைத்தார். 'பங்களாதேஷ்' பிறந்து, வெற்றி கண்டதும் இந்திரா, "பாரத ரத்னா" என்ற அரிய கௌரவத்துக்கும் உரியவராகப் புகழின் உச்சியில் ஒளிர்ந்தார்.

இந்த உச்ச நிலையை, காற்றுள்ள போதே தூற்றிக் கொள்ளும் தந்திரத்துடன் பயன்படுத்திக் கொண்ட இந்திரா அரசைக் கலைத்து ஓராண்டுக்கு முன்பாகவே பொதுத் தேர்தலை அறிவித்தார்.

அரசியல் அரங்கில் அன்னை இவ்வாறு மூச்சுவிட நேரமின்றி இயங்கிய காலத்தில், மூத்த புதல்வன் ராஜீவ், தன் இத்தாலியக் காதலி சோனியாவை 1968இல் மணந்து கொண்டிருந்தான். 1970-ம் ஆண்டில் ஓர் ஆண் குழந்தைக்கு தந்தையானான். 1971-ம் ஆண்டில் பொதுத் தேர்தலின் போது, சோனியா அடுத்த குழந்தையை எதிர்பார்த்திருந்தாள். ராஜீவ், மாதச் சம்பளம் பெறும் விமான ஓட்டியாகப் பணிபுரிந்து கொண்டு, பிரதம மந்திரியின் மாளிகையில் குடும்பம் நடத்தினாலும், அரசியல் வாடையே படலாகாது என்று ஒதுங்கியிருந்தான்.

சஞ்சயோ, எந்த ஒரு தயக்கமோ தடையோ இல்லாமல் அரசியல் பிரவேசம் செய்திருந்தான். தன்னைத் தட்டிக் கேட்பார் யாரும் கிடையாது என்றும் அனைவருக்கும் புரிய வைத்துக் கொண்டிருந்தான். 1970-ம் ஆண்டின் இடைக் காலத்தில், மனேகா அவன் மனைவியாக இந்திராவின் இல்லத்தில் புகுந்திருந்தாள்.

கணவனும் மனைவியும் அரசியலில் சிகரக் கொடியைப் பற்றும் உந்துதலும் வேகமும் கொண்டிருந்தனர். அவர்கள் முழுமூச்சுடன் பிரசாரப் பணிகளில் ஈடுபட்டிருந்தபோது, இந்திரா ஊக்கமாகவே இருந்தார். இந்த இளைய மைந்தனின் அடாவடித்தனம் கவலையையும் தலை வேதனையையும் கொடுத்திருந்த காலம் இல்லை இது. அரசியல்களில் வெற்றிக்குத் தேவையான துணிவும் இது தான் என்றும், சஞ்சய் இதற்கே உகந்தவன் என்றும் ஆமோதித்து அவனை ஏற்றுக்கொண்டாக வேண்டியதாகி விட்டது. அவனைத் தடுக்கவும் தவிர்க்கவும் சக்தியில்லாத தாய்மை, அவனுடைய போக்கை நியாயப்படுத்திக் கொண்டது.

10

இந்திரா 1971 தேர்தலில் அமோக வெற்றியைப் பெற்றார். 1967ம் ஆண்டுத் தேர்தலில் பிரதம மந்திரிப் பதவிக்கான பிரதிநிதித்துவத்தை உறுதி செய்து கொள்ளும் வெற்றியைப் பெற்றார். ஆனால், 71ம் ஆண்டுத் தேர்தல், மூத்த அணியினிடமிருந்து பிரிந்து, 'தானே' கட்சியின் சக்தி என்ற உறுதியை நிலை நாட்டிக் கொள்ளும் வெற்றியாக அமைந்தது. 1967 இல் பிரிக்கப்பட்டிராத காங்கிரஸ் பெற்ற இடங்களைக் காட்டிலும் எழுபது இடங்களைக் கூடுதலாக வென்று, 'ஏக சக்ராதிபதி' என்ற உயர்நிலையை எட்டினார்.

மூத்த தலைவர்களின் கூட்டணி இருந்த இடம் தெரியாமல் போயிற்று. இந்த வெற்றியில் சஞ்சய் தன் பங்கை விட்டுவிடுவானா? உயர் பதவிக்குரிய அதிகாரங்களை எடுத்துக் கொண்டு மனம் போனபடி பயன்படுத்திக் கொள்ளலானான். அவனுடைய மமதையும் துணிச்சலும் காட்டுத்தனமான ஆணைகளும், இந்திய அரசின் அநுபவம் வாய்ந்த மூத்த அதிகார வருக்க அலுவலரையும் துச்சமாகத் துக்கியெறியக் கூடியவையாக இருந்தன.

ஒரு ஜனநாயக அரசுக்கு, ஒரு தனி நபரிடம் இவ்வாறு அதிகாரம் குவிவது, பெருங்கேட்டுக்கு முதற்படியாகும்.

இந்திரா அறிந்து தெரிந்து இதை எப்படி அநுமதித்தார்?

முடி மன்னர் ஆட்சிகளில் தனிநபர் அதிகாரமும் துதி பாடுதலும் இயல்பாகவே இருப்பதாகும். இதுவே முடியாட்சியின் குறைபாடுமாகும். மக்களுக்கும் மன்னருக்குமிடையே எந்த விதத்திலும் சமமில்லாத தொடர்பில்லாத வித்தியாச நிலையே, மக்களை மன்னாராட்சிக்கு எதிராகக் கிளர்ந்தெழ வழி வகுத்திருக்கிறது.

அதை மாற்றிச் சீராக்குவதற்கான ஒரே வழிமுறை, எல்லோரும் வாக்குரிமை பெற்று, அதைச் சரியான வழியில் பயன்படுத்த ஓர் ஆட்சியைத் தேர்வு செய்வதுதான்.

ஆனால் இங்கே அந்த வழிமுறையைக் கையாண்டும் புண்ணியமில்லை. குடிப்பிறப்பே ஆட்சி தருமத்தை நிர்ணயிப்பதாக விடிந்துவிட்டது. ஜனநாயகம் சகல மக்களுக்கும் ஆட்சி உரிமையை வழங்குவதாகும். ஆட்சி புரிபவர் மக்களால் தேர்ந்தெடுக்கப்பட்ட மக்கள் பிரதிநிதி. மக்களனைவரும் இந்த அதிகாரப் பொறுப்பில் பங்கேற்றிருக்கின்றனர்.

இந்த மக்களாட்சி தருமமே வெறும் கேலிக் கூத்தாக முடியும் வண்ணம் இந்திராவின் தலைமையில் சஞ்சய் ஒரு சர்வாதிகார 'தருமத்'தை நடை முறையாக்கினான்.

நேருவின் ஆட்சியில் எல்லோருக்கும் வாக்குரிமை என்ற வாயில் திறந்து விடப்பட்டாலும், வாக்குரிமை என்ற நாணயத்தை சமுதாயத்தின் கடைசி மனிதர் வரையில் கல்வியறிவும் அரசியல் உரிமை பற்றிய உணர்வும் உடைய வராய்ப் பயன்படுத்த வேண்டும் என்ற இலட்சியமே முதன்மைப்படுத்தப்படவில்லை. இலட்சியத்தின் அடிப்படை கூட முக்கியமாகக் கருதப்பட்டிருக்க வில்லை. அப்படிக் கருதப்பட்டிருந்தால், மக்களுக்குக் கட்டாயக் கல்வி - அரசியல் அறிவு பெறும் திட்டம் போர்க்கால அடிப்படையில் செயல்படுத்தப்பட்டிருக்கும். மாறாக, கல்வியறிவற்ற பாமர, கூன்குருடு ஊமை செவிடு தொண்டு கிழவர் - எல்லோரும் இந்த ஜனநாயகத்துக்கு வாக்குரிமை அளிப்பதே பெருமையாக எடுத்துக்காட்டப்பட்டது. நேருவின் ஆட்சிக் காலத்தில், இதுபற்றி விமரிசனம் செய்பவர் கூடச் செல்வாக்குப் பெறவில்லை.

ஆனால் இந்திரா ஒரு பெண் என்ற காரணத்தினாலேயே மூத்த அணியினர், நேருவுக்கு அளித்த மதிப்பை அளிக்க முன்வராமல் அவரைக் கைப்பாவையாகக் கருத நினைத்தனர்.

நேருவின் ஆட்சிக் காலத்திலேயே, இந்த நாட்டில் எந்த ஓர் ஏழைச் குடிமகனும் தார்மிக ரீதியில் ஆட்சிப் பொறுப்பேற்று, ஜனநாயக அரசின் தலைவராகலாம் என்ற இலட்சியம் பொய்த்துவிட்டது. மிகப் பெரும்பான்மையினரும் எழுத்தறிவற்ற வறுமையில் வாழும் மக்களாக இருந்தாலே குறிப்பிட்ட ஒரு சிலர் ஆட்சி பீடத்தில் நிலைக்க முடியும் என்ற உள்நோக்கே வெளிப்படலாயிற்று. அறிவார்ந்த சான்றோர் எவரும் அரசியல் அரங்கில் கால் பதிக்கவும், பெரும்பான்மை வாக்குரிமைகளைப் பெறவும் முடியாது என்றே தீர்ந்து விட்டது. ஆட்சி அதிகார உரிமை, சுய உரிமைகளாக, குடும்ப உரிமைகளாக, பாமர மக்களால் ஒப்புக் கொள்ளப்பட்டு, நேரு குடும்பம் இந்த நாட்டு ஆட்சி உரிமையைப் பெறுவதாகவே இந்த ஜனநாயகம் இத்தனை ஆண்டுகளில் நடைமுறைப்படுத்தப் பட்டிருக்கிறது.

நேரு ஆண்ட காலத்தில் காங்கிரசில் அவருக்கிருந்த செல்வாக்கு அவர் மொழிந்தவற்றை எல்லாம் அப்படியே வேதவாக்காக ஏற்றுக் கொள்ளும் மதிப்பைப் பெற்றிருந்தது.

அவருடைய ஐந்தாண்டுத் திட்டங்கள் மக்களின் பொருளாதார நிலையை மகோன்னதமாக உயர்த்துமென்று புகழப்பட்டது. நாட்டின் எல்லாச் சீர்கேடுகளுக்கும் இடமளிப்பது பெரும்பான்மை மக்களின் அறியாமை. அதை அப்படியே வைத்துக்கொண்டு, மேம்பாட்டுத் திட்டங்கள் என்று பொருளைச் செலவழிப்பது, உறுதியில்லா அடித்தளத்தில் உப்பரிகை கட்டினாற் போல்தான் என்பது நன்கு விளக்கமாகி யிருக்கிறது. அந்நியக் கடன்களும் பணவீக்கமும் பெருமுதலாளித் துவத்தையும் கள்ளச் சந்தையையும் வன்முறைகளையுமே ஊக்கமாகப் பெருக்கியிருக்கின்றன.

நேருவின் ஆட்சிக் காலத்திலேயே இந்தக் கேடுகளுக்கு வழி அமைந்துவிட்டது. இந்திரா-சஞ்சய் முழு தன்னாட்சி நடைமுறைக்கு அன்றே கால்கோள் இடப்பட்டிருந்தது என்றால் தவறில்லை.

இந்த நடைமுறை, மேலும் மேலும் ஆட்சி அதிகாரங்களைக் குவித்துக் கொண்டு பலப்படுத்திக்கொள்ள, மக்களுக்குக் கவர்ச்சித் தூண்டில் துணுக்குகள்போல் வங்கி தேசியம், பொதுத் துறை நிறுவனங்கள் என்று காட்டப் பட்டன. மக்களுக்கும் பெருமுதலாளித்துவம் வளர்த்த கறுப்புப்பன முதலைகளுக்கும் இடையே ஏற்றத் தாழ்வு என்பது நாளுக்கு நாள் ஆழ்ந்தும் அகன்றும் வந்திருக்கிறது.

கல்வி, சுகாதாரம், உணவு, உறையுள், காற்று, நீர் போன்ற இன்றியமையாத அடிப்படைத் தேவைகளும் வசதிகளும் இருபது அம்சத் திட்டம், ஐந்து அம்சத் திட்டம் என்ற காகிதப் பிரசாரங்களிலும் சுலோகங்களிலும், பாட்டுக்களிலும் ஏட்டுச்சுரைக்காயாக இட்டு நிரவப்பெற்றன.

எந்த ஒரு தகுதியுமின்றி அரசியலில் தன்னாட்சி செலுத்திவந்தத சஞ்சயின் 'மாருதி லிமிடட்' சிறுகார் திட்டம், அரசின் கோடிக் கணக்கான ரூபாய்களை விழுங்கி உருவாயிற்று. இதில் அண்ணி ஸோனியா, அவர் மக்கள் ராஹுல், பிரியங்கா ஆகியோர் பெயர்களையும் அவன் பயன்படுத்தியிருந்தான். சஞ்சய் காரணமான இந்த ஒழுங்கின் ஊழல்கள் தொடர்பாக லோக்சபாவில் கேள்விகள் எழுப்பப்பெறுவதையே இந்திரா தடை கட்டினார்.

“அவன் ஒரு சோனிக் குழந்தை; அவனை எப்போதும் பாதுகாக்க வேண்டும்” என்று ஒரு மூடத்தாய் பரிவு காட்டுவது போன்று, இந்திரா சஞ்சயின் அனைத்து அத்துமீறல்களுக்கும் ஊக்கம் அளிப்பதுபோல் இயங்கினார்.

சஞ்சயின் மனைவி மனேகா, கணவனுடன் இணைந்து, அடுத்த பிரதமரின் மனைவி என்ற உத்வேகத்துடன் அரசியல் விவகாரங்களில் ஈடுபட்டாள்.

இந்திராவின் அலுவலகத்தில் ஒரு கடைநிலை ஊழியராக இருந்து படிப்படியாக உயர்ந்து, உயர் பதவிக்கு வந்த ஒரு முக்கியமான அலுவலர், இக்காலத்தில் இந்திரா கவலை கனத்த முகத்துடனும், வெடுவெடுப்பும் சிடுசிடுப்புமாக மாறி விட்டதை குறிப்பிட்டிருக்கிறார். இந்திராவுக்கு உள்மனதில், நடப்பவை அனைத்தும் சரியல்ல என்ற உள் உணர்வு முரணாகவே இருந்திருப்பதைப் புரிந்துகொள்ள முடிகிறது. மகனின் பாச அலைகள் அவரை எங்கோ தள்ளிச் சென்றன என்பதில் ஐயமில்லை.

காங்கிரஸ் கட்சிக்குள், சஞ்சயின் போக்குக்கு எதிர்ப்புக் காட்டியவர்கள், முகவரியற்றவர்களாக மாற்றப்படும் தண்டனை பெற்றனர்.

இக்காலத்தில்தான் இந்த அரங்கில் ஜயப்பிரகாச நாராயணர் தோன்றினார். இவர் முன்னாளில் நேருவுடன் இணைய மறுத்துப் பதவியை நிராகரித்த சோஷியலிசவாதி. தனித்தே இயங்கிய இவர், இப்போது இந்த முறையற்ற சர்வாதிகார ஆட்சிக்கு முடிவுகட்ட முனைந்தார். மக்களிடையே விழிப்புணர்வைத் துண்டச் செயல் பட்டார். முழுப்புரட்சி அவர் தாரகமந்திரமாயிற்று.

இந்தக் கால கட்டத்தில், 1971ம் ஆண்டு நடந்த ரேபரேலித் தேர்தலில் இந்திராவை எதிர்த்துப் போட்டியிட்ட ராஜ்நாராயண் தேர்தலில் ஊழல் நடந்ததாகத் தொடுத்த வழக்கு, அலகாபாத் நீதி மன்றத்தில் விசாரணைக்கு வந்தது.

அந்தத் தேர்தலில், ஒழுங்கு மீறி, அரசு வாகனங்களையும் அரசு அலுவலரையும் தம் கட்சித் தேர்தல் பிரசாரத்துக்குப் பயன்படுத்தினார் என்பதே குற்றச்சாட்டு. நீதி மன்றத்தில், இந்திராவை நான்கு மணி நேரம் நிறுத்தி வைத்து விசாரணை செய்யப்பட்டது.

ஜயப்பிரகாச நாராயணர், மக்களை மனச் சாட்சிகளைத் தொட்டு நியாயத்துக்குப் போராட ஒருங்கிணைக்கும் சக்தியாகத் திரட்டிய தருணம் அது. அப்போது அலகாபாத் வழக்கிலும் தீர்ப்பு வழங்கப்பட்டது.

நீதிபதி ஜகன்மோகன் லால் ஸின்ஹா தீர்ப்பை வழங்கினார்.

“இந்திரா பதவி விலகி ஒதுங்க வேண்டும்; ஆறு ஆண்டுகளுக்கு அவர் லோக்சபா உறுப்பினராகும் தகுதியை இழக்கிறார்.” இந்திராவின் உச்சம், தூக்கி எறியப்பட்ட பந்து போல் வீழ்ந்தது. இதை அவர் ஒப்புக் கொண்டாரா? எப்படி ஏற்றார்?

இந்திராவின் ஆழ்ந்த மௌனங்களும் அமைதியில்லா வெளிப்பாடுகளும் நியாய உணர்வுக்கும் நடப்பியல் முரண்பாடுகளுக்குமான மோதல்களின் பிரதிபலிப்புக்களே.

அவர் அலாகாபாத் தீர்ப்பை ஏற்றுப் பதவியில் இருந்து இறங்கலாம். ஆனால்...? உச்சத்தில் இருந்து வீழ்ந்தது அப்படியே நின்றுவிடுமா? இந்த மாளிகை, சஞ்சயின் நியாயமில்லா அடிப்படையில் அல்லவோ எழுப்பப்பட்டது? வீழ்ச்சியை அப்படியே ஒப்புக் கொண்டால் அது அத்தனை அற்ப சொற்பமாகப் போய்விடுமா?

மக்களிடையே, அவரைப் பற்றிய, மகனைப் பற்றிய பிம்பங்கள் கலைந்து கோரங்களாக அல்லவோ வெளிப்படும்?

ஆசை; ஆசையினால் அநீதங்கள்; அவற்றால் சமைக்கப் பட்ட பொய்கள் தகர்ந்து விடுமோ என்ற அச்சம்...

இந்த நிலை இந்திராவுக்கு எப்படி வந்தது? தான் ஒரு ஜோன் அஃப் ஆர்க் ஆகவேண்டும் என்று இளம்பருவத்தில் கனவு கண்ட அந்தப் பெண்மணிக்கா இந்த நிலை?

பிள்ளைப் பாசம் என்பது ஒரு பெண்ணுக்கு சாபக்கேடா?

இயல்பிலே ஓர் ஆதரிசவாதியாக முளைவிட்ட பெண், மகள் என்று வரும்போது தந்தையின் மேலாண்மைச் செல்வாக்கிலும், பின்னர் கணவர் என்று கடமைக்குக் கட்டுப் பட வேண்டிய மரபுணர்விலும், மகன் என்ற கண்ணில்லாப் பாசத்திலும் தன்னை முற்றிலும் இழந்து விடும் தன்மையையே காணமுடிகிறது.

இந்திரா பதவியிலிருந்து இறங்கவில்லை. அப்படி நியாய உணர்வுடன் அவர் செயலாற்றவே துணியாதவாறு மகனுடைய முரட்டுத் துணிச்சல் தடுத்துவிட்டது. அவர் தம் எதிர்காலத்தை முற்றிலுமாக அந்த மகனின் வசம் ஒப்படைக்கத் தயாராகி விட்டார் எனலாம். அதுவரை அரசியல் தருமங்கள் என்றிருந்த அடிநிலைகள் வேரோடு தகர்க்கப்பட்டன.

நாட்டில் அவசரநிலை பிரகடனப்படுத்தப்பட்டது.

ஜயப்பிரகாசர் உள்பட, சிலும்பியவர்கள், ஆமாம் சாமி போடாதவர்கள், எதிர்க்கட்சித் தலைவர்கள் எல்லோருமே இரவுக்கிரவாகக் கைது செய்யப்பட்டுக் காவலில் வைக்கப்பட்டனர்.

1975 ஜூன் 25ந்தேதி... இந்தியாவின் அரசியல் அதருமம் அமுலுக்கு வந்து அந்தக் கருப்புநாள்.

உண்மையில் மூத்தவன் ராஜீவ் இதை ஏற்கவில்லை. அவன் முதலிலிருந்தே இந்த அரசியல் வாடை தன்மீது விழுந்துவிடாதபடி ஒதுங்கியே இருந்தான்.

ஒருவகையில் நேரு பிரதமராக வந்த முதல் சில ஆண்டுகளில் பிரதமர் மாளிகையில் ஃபெரோஸுக்கு எந்த மாதிரியான உறவு இருந்ததோ, அதை நினைவு படுத்தும் வண்ணம் சகோதரர்கள் உறவு இருந்ததாகக் கூறப்படுகிறது.

அவசரநிலை அறிவிக்கப்பட்டு, வாய்ப்பூட்டுப் போடப் பட்டதும், சஞ்சய் மளமளவென்று செயலில் இறங்கினான்.

அந்நாள் தகவல் ஒலிபரப்புத் துறை அமைச்சராக இருந்தவரிடம் நேராக மோதினான். இந்திராவுக்கு இது தெரிய வந்ததும் அமைச்சரைப் பதவி விலகச் செய்து சோவியத் நாட்டுக்கு இந்தியத் தூதராக அனுப்பி வைத்தார்.

சஞ்சயின் காட்டுத்தர்பாரில் கட்டாயக் குடும்பநல அறுவை சிகிச்சையும், எளிய முஸ்லிம் குடிமக்கள் வாழ்ந்த பகுதியை புல்டோசரைக் கொண்டு இடித்துத் தள்ளியதும் வினைவிதைத்த செயல்களாயின.

மனேகாவின் 'சூர்யா' பத்திரிகை இவர்கள் செயல்களை, ஆட்சி நிர்வாகங்களை ஓகோ என்று போற்றிப் புகழ்ந்து, முற்போக்கு நடவடிக்கைகளால், நாடு புதிய ஒளியைக் காண்கிறது என்று நியாயம் பாடிற்று. இந்த அவசர நிலைக் காலத்தில் இந்திரா இருபுதல்வர்களுடனும் சோவியத் நாட்டுக்கு விஜயம் செய்தார்.

1976இல் நியாயமாகப் பொதுத்தேர்தல் அறிவிக்கப் படவேண்டும். சஞ்சய் தேர்தலைத் தள்ளிப் போடச் செய்தான்.

ஆனால், இந்தப் பொய்க் கட்டுமானம் நீடிப்பதானால் அதன் வீழ்ச்சியை என்றேனும் எதிர் கொண்டுதானாக வேண்டும் என்ற உணர்வு, இந்திராவை உள்ளூற உறுத்தியிருக்க வேண்டும். அவசரகால நடவடிக்கைகளில், அநியாயமாகப் பல சான்றோரை, அறிவாளிக-ளைச் சிறையில் தள்ளி வாய்ப்பூட்டுப் போட்டதும் சிறையில் மனித உரிமைகளை காலால் தள்ளி மிதித்துக் கொடூரங்களுக்கு ஆளாக்கியதும், பத்திரிகைச் சுதந்தரங்களைக் குரல்வ-ளையை நெறித்துக் கொலை செய்ததும் அவர் அமைதியைக் குலைத்திருக்கும் என்பதில் ஐயமில்லை.

இனியும் தள்ளிப்போடலாகாது என்று 1977 பிறந்ததும் அவசர நிலைக்கு முடிவுகட்டி விட்டார். பொதுத் தேர்தல் அறிவிக்கப் பட்டது.

பொதுத்தேர்தல்... இந்திய மக்களும் அரசியலில் ஒரு சகாப்தத்துக்கு முடிவுகட்டும் உணர்வுடன் வாக்குரிமைகளைப் பயன்படுத்த முடியும் என்று நிரூபணமான தேர்தல் அது. நேரு குடும்பத்துக்கு விழுந்த முதல் அடி அது. தமிழ்நாட்டு மக்கள் 67லேயே, இந்திரா ஆட்சிக்கு வந்து மறு ஆண்டிலேயே காங்கிரசை நிராகரித்து விட்டார்கள். அப்போது 'இந்தி மொழி திணிப்பு' என்ற காரணம், பெருந்தலைவராகத் திகழ்ந்த காமராஜரையே முன் பின்-னறிந்திராத ஒரு மாணவத் தலைவனிடம் தோல்வி காணச் செய்தது.

அப்படி ஒரு பேரலை, 1977 தேர்தலில் வடநாடு முழுதும் பரவி, இந்திரா காங்கிரசை ஒதுக்கித் தள்ளியது.

காங்கிரஸ் கட்சியின் சஞ்சய் தர்பாரை வீழ்த்த வேண்டும் என்ற இலட்சியத்துடனேயே உதிரிக் கட்சிகளாய் இருந்த அமைப்புக்கள் ஒருங்கிணைந்து, ஜனதா ஜனங்களில் கட்சி என்று பெயர்பெற்றது. இந்தக் கூட்டணி, காங்கிரசைச் சின்னபின்னமாக்கி விட்டு, அரச-மைக்க வெற்றி பெற்றது. சிறைக்குள் இருந்தவர்கள், சிறையில் இருந்தபடியே வெற்றி பெறு-மளவுக்கு மக்கள் ஆட்சி மாற்றத்தைக் கொண்டுவந்து விட்டார்கள். இந்திரா ரேபரேலியிலும், சஞ்சய் அமேதியிலும் தோல்வியைத் தழுவினார்கள்.

இந்திராவைத் தோற்கடித்த ராஜ்நாராயண், முன்பு அலாகாபாத் தீர்ப்புக்கு வழக்குத் தொடுத்தவன்தான். அவன் எந்த விதத்திலும் இந்திராவுக்கு நிகரானவன் அல்ல. எனினும் மகன், தாயின் உறுதுணையுடன் விதைத்த வினைகள் இப்படி ஓர் வீழ்ச்சியாக விளைந்து விட்டது.

உதிரிகளாக இருந்தவர்கள் கூட்டணி சேர்ந்து இந்திராவைப் பதவியில் இருந்து இறக்-கிவிட்டார்கள். தலைமைப் பதவி, முன்பு இதே பதவிக்காக இந்திராவுடன் போட்டியிட்டுத் தோற்ற மொரார்ஜிதேசாய்க்கு வாய்த்தது... ஆனால்...

இந்திராவைப் பதவியில் இருந்து இறக்கியபிறகு, நாட்டு மக்களின் பல்வேறு பிரச்னைக-ளைத் தீர்க்க அவர்கள் தீவிரமாகவில்லை.

மாறாக, இந்திரா மீதும், நேரு குடும்பத்தின் மீதும் பழி வாங்குவதிலேயே அவர்கள் கண்-ணாக இருந்தார்கள்! ஏகப்பட்ட விசாரணைக் குழுக்களை அமைத்தார்கள். இந்திராவின் பாஸ்போர்ட் கூட ரத்து செய்யப் பட்டது. சஞ்சயும் நகர முடியாது.

அவசர நிலைக் காலத்தில் நடந்த அநீதங்களை ஆராய்வதிலேயே காலம் கடந்தது. இந்திரா கைது செய்யப் பட்டதும், விடுவிக்கப்பட்டதும் ஏதோ நாடகங்கள் போலிருந்தன. இந்நாட்களில், மனேகா, சஞ்சயின் மனைவி, தன் 'சூரியா' பத்திரிகையில், ஜனதா ஆட்சியாளரைப் பற்றியும் தலைவர்கள் பற்றியும் எத்துணை விரசமாக, அவதூறுகள் எழுத முடியுமோ அப்படியெல்லாம் எழுதினாள். மக்களின் மனங்களில் ஜனதா கட்சியினர் மீது தோன்றியிருந்த நன்மதிப்பைக் கரைக்கக்கூடிய அனைத்துச் சாகசங்களையும் மேற்கொண்டாள்.

மொரார்ஜி பதவியிலிருந்து இறங்க வேண்டியதாயிற்று. சரண்சிங் பிரதமரானார். அந்தக் கூட்டணி அரசும் தாக்குப் பிடிக்க முடியாமல் வீழ்ந்தது.

1980இல் மீண்டும் பொதுத்தேர்தல் வந்தபோது, மக்கள் நேரு குடும்பம்தான் இந்த நாட்டை ஆளத்தகுதி பெற்றது என்று தோசையைத் திருப்பிவிட்டார்கள்! சஞ்சயும் மனேகாவும் இந்தச் சந்தர்ப்பத்தை முழு வாய்ப்பாகப் பயன்படுத்திக் கொண்டு செய்த தீவிரப் பிரசாரத்தின் பயன் இந்த விளைவு.

"காங்கிரசை, இந்திரா நேரு காந்தியை, விலக்கி வேறு அரசு கொண்டு வந்தீர்களே, என்ன ஆயிற்று? இந்த நாட்டின் முடி சூடா ராணியும் அவர்தாம்" என்று வெற்றியைக் குவித்து விட்டார்கள்.

524க்கு 351 என்று காங்கிரஸ் பெரும்பான்மை பெற்று, சஞ்சயின் ஆணவத்தை இன்னமும் ஊக்கிவிட்டது.

இந்திராவுக்கு எதிராகத் தொடுக்கப்பட்டிருந்த வழக்குகள், விசாரணைக் குழுக்கள், எல்லாம் கலைக்கப் பட்டன. சஞ்சய் முந்தைய நாட்களைக் காட்டிலும் சுவாதீனமாக உரிமைகளைக் கைக்கொண்டு, துணைப் பிரதமர் என்று மக்கள் குறிப்பிடுமளவுக்கு உரம் பெற்றான். இவனுக்கென்று ஒரு புகழ்பாடும் குழுவே இயங்கியது. இவன் நடவடிக்கைகள் இந்திராவின் உள் மனசைக் கலக்கும் வண்ணம் இருந்தன.

மூத்த தலைவர்கள் ஒடுக்கப்பட்டனர்; தருமம் சார்ந்த மரபுகள் பற்றிய வாய்ப் பேச்சும் கூட வழக்கொழிந்ததாயிற்று.

இந்திரா இந்த அனைத்து நடவடிக்கைகளையும் அநுமதிக்கும் கட்டாயத்துடன், அவன் செயல்களுக்கு நியாயம் சொல்ல வேண்டிய நிலையிலும் நின்றார்.

1980 ஜனவரியில் இந்திரா பதவிக்கு வந்தபின், வாரிசுக்கு ஓர் ஆண் என்று சஞ்சய்-மனேகாவுக்கு ஒரு குழந்தை பிறந்தது. 'வருண்' என்று பெயர் வைக்கப்பட்டது.

வாழ்க்கையின் இத்தகைய மத்தாப்பூச் சிதறல்கள், வானில் எழும்பிச் சென்ற வாணம்போல் வெடித்தது. 1980 ஜூன் மாதத்தில் உதிர்ந்து புகைந்து ஒன்றுமில்லாமலாகி விட்டது.

சுபாஷ் சக்ஸேனா என்ற விமானமோட்டியையும் துணைக்கு அழைத்துக் கொண்டு காலையில் சஞ்சய் கிளம்பிச் சென்றான். விமானமோட்டிச் சாகசம் செய்யும் விளையாட்டில் சஞ்சய் நிலைதடுமாறிக் கீழே வீழ்ந்து மாண்டான். குற்றமற்ற சக்ஸேனாவும் இந்த விபத்துக்கிரையானான். சஞ்சயின் இயல்பான முரட்டுத்தனமே இறுதியிலும் யமனாக வந்து முடித்தது.

இந்திரா இந்தப் புத்திர சோகத்தில் உருக்குலைந்தார். அதுவரையிலும் இந்திராவைக் கணவரின் மரணம் மட்டுமே பாதித்திருந்தது. சஞ்சய், மகன். அவன் பிறருக்குத் தறுதலை என்றாலும். தாயின் வீழ்ச்சிக்கும் மீட்டெழுதலுக்கும் காரணமாக நின்று, அவளை மகனை எப்போதும் சார்ந்து நிற்கும் தாயாக்கிவிட்டான். அவனை அவளுக்கு இன்றி யமையாத பற்-

றுக் கோடாகச் செய்திருந்தான்.

ஒரே நாளில் தான் முதுமையின் இயலாமைக்குள் குறுகிவிட்டதாக உணர்ந்தார் இந்திரா.

அறிவுக் கண்களும், ஆய்ந்து தெளியும் ஆற்றலும் பிள்ளைப் பாச மாயையில் மறைக்கப்பட, ஏதோ ஓர் இழுப்புப் பாதையில் வந்துள்ளார்.

இனி, தன்னந்தனியாக அந்த செயல்களின் விளைவுகள் முட்டும் பாதையில் தடுமாற வேண்டும். பின்னே திரும்பிச் சீர் செய்ய முயல்வதும் இயலாத செயல்.

அதுகாறும் இந்திராவுக்கு வயதுக்குரிய இயல்பான நரை திரையாகிய முதுமைக்கோலம் கூடக் கம்பீரமானதொரு கவர்ச்சியையே அளித்து இருந்தன.

சஞ்சயின் மரணத்தினால் உற்ற சோகம் அவரை ஒரே நாளில் முதுமையின் எல்லா நலிவுகளுக்கும் ஆட்படுத்தி அழுத்தியது.

இரண்டு ஆண்டுகள் ஆட்சி பீடத்தில் இல்லாத போதும், மீட்டு அதைப் பற்றிய பிறகும் என்னென்ன அரசியல் அத்துமீறல்கள் நடந்திருக்கின்றன. அவற்றுக்குப் பொறுப்பானவர் யார் என்று இந்திராவுக்குத் தெரியும். செக்கை விழுங்கிய பின் அதைச் சீரணம் செய்து வலிமை பெறும் யுக்திகளுக்கு சஞ்சய் இல்லை... யாருமே இல்லை... அவள் மகன் ராஜீவை அரசியலில் இழுப்பதைத் தவிர வேறு வழியில்லை என்றாயிற்று.

சஞ்சயின் மனைவி, மனேகா இரண்டு மாதங்களாகாத பூங் குழந்தையின் தாய், இதை எதிர் பார்த்திருந்தாள். பெண்கள் விஷயத்தில் காளை "மைனராக"த் திரிந்த சஞ்சயை மனேகா திருமணம் என்ற பந்தத்தால் இணைந்து கொண்டதற்குக் காரணமே, நாளை அவன் பிரதமராக வரக் கூடும் என்ற பெரிய எதிர்பார்ப்புத்தான். இன்னும் சிறிது காலம் இருந்திருந்தால், அமெரிக்க ஆட்சி முறையைப் பின்பற்றி, இந்திரா 'பிரஸிடெண்ட்' என்றும் சஞ்சய் 'பிரதமர்' என்றும் ஆட்சி அதிகாரத்தைக் கைப்பற்றியிருக்கலாம்; இல்லையே. இருந்த நிலையிலேயே அமைச்சரவையில் இடம் பெற்று, துணைப் பிரதமராகியிருக்கலாம். இதற்கெல்லாம் வழியே இல்லாமல் போய் விடவே மனேகா உள்ளூற ஏமாற்றமடைந்தாள். ஆனால், அதற்காக அமைதியாக கைம்பெண்-மருமகள் என்று முடங்கிவிடலாமா?

ஜனநாயகம் என்ற அரிய பெரிய தத்துவம், மாமி மருகி குடும்பப் பூசலாக முடங்கிப் போகும்படி, இந்தியத் துணைக் கண்டத்தின் எழுபது கோடி மக்கள் செல்லாக் காசுகளாகவே இயங்கினர் என்பது துர்ப்பாக்கியமே!

மூத்தமகன் ராஜீவைவிட, மனேகா இந்திய அரசியலில் முழுகிய அநுபம் பெற்றிருந்தாள். இளவரசனின் மனைவியாக, இந்தியாவின் வருங்காலப் பிரதமரின் துணைவியாக நாடு முழுவதும் சுற்றி அரசியல் தந்திரங்களில் நனைந்திருக்கிறாள். ஜனதா அரசைக் கவிழ்க்க, அவள் மேற்கொண்ட பொய்ப் பிரசாரத் தந்திரங்கள், வன்முறைத் தூண்டுதல்களில் பங்கேற்றது எல்லாம் இந்திராவுக்கும் தெரியும். இக் காரணங்களினாலேயே இந்திராவுக்கு அவளைத் தன் அந்தரங்கத்தில் இடம் கொடுத்து அரசியலில் துணை நிற்க அழைக்க விருப்பமில்லை. அவளை ஒதுக்கிவிடவே முன்நின்றாள். ஸோனியாவோ, என்றுமே அரசியலில் ஆர்வம் காட்டியதில்லை. கணவன் அரசியலுக்கு வருவதையே அவள் விரும்பவில்லை. பிரதமர் மாளிகையில் அமைதியான சின்னஞ்சிறு பூங்காவைப்போல் கணவன்-மனைவி இரு குழந்தைகள் என்று இல்லறம் நடத்திய குடும்பம் அது.

இப்போது தாய்க்கு உதவியாக அவன் அரசியலுக்கு வரத்தான் வேண்டி இருந்தது. பதவிசான ஒரு விமான மோட்டி, அநுபவமில்லாத அரசியலில் புகுந்து சுமை சுமக்க வேண்டியதாயிற்று.

ராஜீவை இந்திரா அமேதித் தொகுதியில் தேர்தலுக்கு நிற்கச் செய்தார். மனேகா பிடியை விடவில்லை.

'சஞ்சய் மஞ்ச்' என்ற தளம் அமைத்து அதன் சார்பாக ராஜீவை அமேதியில் எதிர்த்து, கணவன் விட்ட இடத்தைத் தான் பற்றிக் கொள்ளப் போட்டி இட்டாள்.

இத்தருணத்தில், இந்திரா, ஒரு சராசரி படிப்பறியாப் பாமர மாமியாரைப் போன்றே மனேகாவின் மீது மக்கள் வெறுப்புக் கொள்ளும் வண்ணம் பிரசாரம் செய்தார் எனலாம்.

அறியாமை மக்களின் அணிகலன் போல் நிறைந்த உத்தர பிரதேசம், பிரதமர்களை நாட்டுக்கர்ப்பணித்த இந்த உத்தரப் பிரதேசம், அறியாமை, மூடநம்பிக்கைகளிலும் முதலிடம் வகிக்கும் பிரதேசம். இதனாலேயே பெரும்பாலும் பாரதத்தின் பிரதமர்களை இங்கிருந்தே பெற்றோமோ?

பெரிய மைத்துனர் தேர்தலுக்கு நிற்கையில், கணவனை இழந்த விதவை, அவனுக்கு எதிராகத் தேர்தலுக்கு நிற்கலாமா?

அவள் கணவனை இழந்த பின்னரும், 'சுமங்கலி'க்குரிய சின்னங்களை அணிகிறாள்...அதோடு, இரகசியமாகப் புகை பிடிக்கிறாள்! இது போன்ற பிரசாரங்கள், மருமகளைச் சுற்றி எழுப்பப் பட்டன. அவதூறுகள் வீசுவதில் மனேகா கைதேர்ந்தவளாயிற்றே? விடுவாளா? "ஒன்றுமறியாத மருமகளை பச்சிளங்குழந்தையுடன் வீட்டை விட்டுத் துரத்திய கொடுமைக்காரி. இந்தப் பாவிக்கா உங்கள் ஓட்டு!" பெண்ணரசாளும் ஒரு நாட்டில், பெண்ணின் மானம் பறிபோகிறது!

பிரசாரங்கள், எதிர்ப்புப்பிரசாரங்கள் எதுவும் மக்கள் மனங்களில் பாதிப்பு ஏற்படுத்தவில்லை.

நேருவின் பெயரன்; இந்திராவின் மகன்-வாரிசு... அவனை விட்டு ஒரு கைம்பெண் மருமகள் ஆட்சி செய்ய ஓட்டுப் போடலாமா? ராஜீவ் வெற்றி பெற்றான்.

11

இந்திராவின் பிற்காலம் எப்படி இருந்தது?

சமதர்மக் கோட்பாடுகள், குடிமக்களுக்காகவே குடிமக்களால் தேர்ந்தெடுக்கப்பெறும் மக்களரசு, என்ற இலட்சியங்கள் அவருடைய வாழ்க்கையில் வேர்பிடிக்கவே வழியில்லை. நேரு குடும்பத்துக்காக இந்தியா-மக்கள்-ஆட்சி என்று சஞ்சய் அடித்தளமிட்டான். அதற்காகவே மொரார்ஜியின் ஆட்சிக் காலத்தில் எதிர்ப்பைத் தூண்டி விட , குறுகிய சமய அடிப்படைத் தீவிரவாதிகளை ஊக்கி விட்டான்.

காலிஸ்தான்-பஞ்சாப் பிரச்னை தீராத தலை வேதனையாயிற்று. வங்கத்திலே எழுந்த மலையக மாநிலப் பிரச்னை; அஸாம் எழுச்சி என்று அரசியல் முட்படுக்கையாயிற்று. பதவி முட்கிரீடமாயிற்று. எனினும் இந்திரா மிகுந்த தீரத்துடன் சமாளித்தார்.

சர்வதேச அரங்கில் கவனம் செலுத்தினார். சமாதானம், கூட்டுச் சேராக்கொள்கை அணி என்று முன்னின்று தன் சீரிய தலைமையை மீண்டும் உறுதியாக்கிக் கொள்ள முனைந்தார். ஆசிய விளையாட்டுக் களத்தை பாரதத்தில் அமைத்து, இளைஞர்களுக்குப் புதிய வேக-

மும் உற்சாகமும் அளிக்க முயன்றார், ஒருபுறம் உள்நாட்டுப் பிரச்னைகள் நெருக்குகின்றன; வறுமை, விலைவாசியேற்றம் பண வீக்கம்...

கும்பி கூழுக்கு அழும்போது, ஆசிய விளையாட்டு என்று கோடிக்கணக்கில் பணத்தை விரயம் செய்கிறாளே என்று எப்போதும் குறைகூறியவர்கள் கூறிக்கொண்டிருந்தார்கள்.

அரசியல் அரங்கில் கட்சித் தாவல்களும், ஆட்சிக் கலைப்புகளும், அடிபிடி சண்டைகளும், குத்துக் கொலைகளும் நித்திய தருமங்களாயின. என்றாலும் இந்திரா இழுத்துப் பிடித்தார்.

காலிஸ்தான் பிரச்னையை, இந்திரா, ராஜீவ், அருண்சிங் வசம் ஒப்படைத்தார். சாமதான பேத முயற்சிகள் பலனற்றுப் போயின. கொள்ளையும் கொலையும் குண்டுவெடிப்புமாக, தீவிரவாதிகள் மதம் பிடித்துத் திரிந்தார்கள். சமயம்கோயில் என்ற அரண்களில் கொக்கரித்தார்கள். வேறு வழியின்றி, கடைசி முறையைக் கையாள வேண்டியதாயிற்று. குருத்வாரத்தில் பதுங்கியிருந்த தீவிரவாதிகளின் துப்பாக்கி, வெடிமருந்து போன்ற நவீனமான கொலைச்சாதனங்களை வெளிப்படுத்த இந்திய ராணுவம் பொற்கோயிலில் புக வேண்டியதாயிற்று.

சீக்கியரின் புனிதத்தலம், அமிருதசரஸ் பொற்கோயில். அதில் இந்திய ராணுவம் புகுந்து சரணார்த்திகளைக் கொலை செய்யலாமா? வெளிநாடுகளிலிருந்து கொண்டு, தீவிரவாதிகளை, பொருளாலும் பிரசாரத்தாலும் ஊக்கி விட்ட சக்திகள், இப்போது இதே காரணத்தைக் காட்டி, இந்திரா எதிர்ப்பு வெறியைத் தூண்டிவிட்டன.

சீக்கிய தருமமே, தீவிரமான இராணுவக் கொள்கையின் அடிப்படையில் தோன்றியதாகும். கச்ச, கங்கி, கிர்பான் என்று கச்சையணிந்தும் முடிவளர்த்தும், கையில் இருப்புக் கடா அணிந்தும் வாளேந்தியும் தருமயுத்தப் போராளியாகவே தங்களை விளக்கிக் கொள்ளும் சமயம் அது.

தங்கள் சமயத்தின் புனித இடமாகிய குருத்வாரத்தில், இராணுவத்தைப் புகச் செய்து தாக்குதல் நடத்தியதற்காக முதலில் அந்தப் படைத்தளபதி தீவிரவாதிகளால் படுகொலை செய்யப்பட்டார்.

அடுத்த குறி இந்திராவின் மீது வைக்கப்பட்டது.

பாதுகாப்புப் படையில் இவர் உயிரைப் பாதுகாப்பதற்கென்று ஆயுதந்தாங்கி இருந்த மெய்க்காப்பாள வீரனே இந்தக் கொலைச் செயலை ஏற்றான். இறுதிவரையிலும் மரணபயம் என்பதே இல்லாமல், யாரோ சீக்கியனை மெய்க்காப்பாளர் பணியில் அனுமதிக்கலாமா என்று கேட்டதற்கும், நகைத்த பெருமாட்டி இந்திரா, 'இவன் சீக்கியன் என்று அஞ்சுவதா? இவன் என்னைக் கொலை செய்வானா...!' என்று இலேசாகச் சிரித்த அந்த மாதரசியை பாதுகாப்புக் கவசச் சட்டை அணிந்திராத நேரம் பார்த்து பாதுகாக்கும் நேரத்திலேயே கொன்றான்.

ஏறக்குறைய ஜோன் ஆஃப் ஆர்க் நங்கையைப் போலவே உயிரைக் கொடுத்தார்.

இந்தப் படுகொலை இளகாத நெஞ்சங்களையும் உலுக்கியது. என்றாலும், இந்த முடிவை நியாயப்படுத்தியவர்களும் இல்லாமலில்லை. "அவளே விரித்தவலையில் அவள் வீழ்வாள். தீவிரவாதிகளான பிந்த்ரன் வாலாவையும் அவன் சகாக்களையும் அவள்தானே ஊக்கினாள்?' என்று கூறியவர்களும் இந்நாட்டில் இருந்தார்கள்.

இந்திரா சகாப்தம் முடிந்தது.

பிறந்ததிலிருந்து போராடப் பிறந்த ஒருபெண், கல்வி, திருமணம், குழந்தைகள், இல்வாழ்வு எல்லாமே சவால்களாக அமைய, தீரத்துடன் எதிர்ப்பட்டதை ஏற்றுப் போராடிய ஒருபெண்ணரசி, இறுதியிலும் தன் தீர முத்திரையைப் பதித்துவிட்டே சென்றாள்.

"பெண் ஆயிரம் இருந்தாலும் பலவீனமானவள்;

அவளால் ஆட்சிப் பொறுப்பில் உறுதியுடன் இயங்க முடியாது... தந்தை, கணவன், மகன் என்ற சார்புகள் அவளுக்கு இன்றியமையாத துணைகள்...

சார்புகள் இல்லாமல் உணர்ச்சிகளை வென்று அவளால் வீட்டுக்கு வெளியே எந்த ஓர் அறிவு சார்ந்த பொறுப்பையும் நிர்வகிக்க முடியாது. துறவு அவளுக்கு உகந்த தல்ல; அவளுடைய மென்மை, உழைப்பு, தியாகம் ஆகிய அருங்குண இயல்புகளும், கணவன், குழந்தைகள் என்ற சிறு உலக எல்லைகளுள் முடங்கும் போதுதான் ஏற்றம் பெறுகின்றன. சமுதாயம், அரசியல் ஆகிய களங் களில் அவள் தனித்துக் தலைமைப் பொறுப்பை ஏற்று இயங்கத் தகுதியில்லாத வளாகிறாள்..." என்றெல்லாம் காலங்காலமாக நிறுவப் பெற்ற ஓர் ஓரவஞ்சனைக் கருத்தை இந்திராவின் வாழ்க்கை பிரதிபலிப்பது மிகவும் வருந்தத்தக்க உண்மை.

தம் இறுதிக் காலங்களில் வினைவிதைத்து விட்டுச் சென்ற மகனின் செயல் விளைவுகள் நாட்டு மக்களைப் பாதித்ததும், அதனால் அவர் மனம் புழுங்கி வெளிக்காட்ட முடியாமல் உள்ளூரப் போராடியதும் வெளிப்படையான உண்மைகளே.

இறுதியாக அவர் வடக்கு ஆப்பிரிக்க டூனிஷிய நாட்டில் அரசுமுறைப் பயணம் மேற்கொண்டபோது, இரண்டு முழு நாட்களுக்கும் குறைவான அந்த ஓய்வும்கூட அவருக்கு நிம்மதியை அநுபவிப்பதாக இல்லை; மனதை அழுத்திக் கொண்டிருந்த பளுவை அவரால் மறைக்கவோ மறக்கவோ இயலவில்லை என்ற உண்மையை அந்நாளில் அந்நாட்டின் இந்தியத் துரதராக இருந்தவர் அந்த நாட்களைப் பற்றி எழுதுகையில் குறிப்பிடுகிறார். உள்நாட்டுப் பிரச்னைகள், தீவிரவாதிகளின் கழுத்துப் பிடிகளிலிருந்து சற்றே நிம்மதியாக மூச்சுவிடும் ஆறுதலை எதிர்நோக்கியே அந்தப் பயணத்தை மேற்கொண்டிருந்தார். என்றாலும், அவரால் எந்த ஓர் இனிமையான, மாறுதலான சூழலையும் அநுபவிக்க முடியவில்லை, ஆழ்ந்த மௌனத்தில் மூழ்கி இருந்தார் என்பதையே அறிகிறோம்.

இறுதிக்காலம் வரையிலும் தனக்குள்ளே தான் சாதிக்க நினைத்ததை நம்பிக்கையுடன் செயல்படுத்த முனைந்த மிக அரிய பெண்மணி இந்திராகாந்தி. இந்நாட்டில் ஒரு புதிய பெண்மையை வரலாற்றாக்க முனைந்து பழைய மேலாதிக்க மரபுகளின் முரண்பாடுகளில் குலைந்தாலும் தம் இறுதி வரையிலும் அவற்றின் சாதக பாதகங்களைச் சுமந்து போராடினார்.

இந்திரா, மாறிவரும் இந்தியப் பெண்மைக்கு, போராடும் பெண்மைக்கு ஒரு வலுவான முன் மாதிரி என்றால் தவறில்லை. கஸ்தூரிபாவின் மரபுப் பெண்மையிலிருந்து வெளி வந்து, தன்னை இனம் கண்டுகொள்ள முயன்று, வெற்றியை முழுமையாகக் காணமுடியவில்லை எனினும், இந்திரா, இந்தியப் பெண்மையின் வரலாற்றில் தனக்கென்று ஓர் இடம் தேடிக்கொண்ட அரிய பெண்மணியாவார்.

பயன்பட்ட நூல்கள்

1. 'Indira Gandhi Return of the Red Rose' by K.A. Abbas, 1968. Hind Pocket Books.

2. 'Indira Reader' with R. Venkataraman's Foreward, Cheif Editor, Dr. K. Venkatasubramanian, Published by Tata Macgrove Publishing Company Ltd. 1985.

3. 'Indira Gandhi' A Profile in Courage by Trevor Drieberg, Vikas Publication, 1972.

4. 'Rajiv Gandhi, The end of a dream' by Minhaz Merchant, Viking, 1991.

5. 'Dear to behold' by Krishna Hutheesing.

6. 'Indiragandhi's legacy to Indian Nation' Documentation edited by Dr. Raj K. Nigam, Govt of India Publications.

7. 'Indian Elections since Independence' Vol III Published by Election Archives.

8. 'A respite in Tunisia' Hindu dated oct. 30-10-94 article by Sri Joseph Kallukaran, Former Indian Ambassador in Tunisia.

12. மனிதத்துவ சமுதாயம்

உண்மையிலேயே பெண், விடுதலை, பெண் உரிமை பெண் சுதந்திரம் - இதற்கெல்லாம் என்ன பொருள்?

இந்த நாட்டில் இன்று, பெண்ணுக்கு இல்லாத உரிமைகள் என்ன இருக்கின்றன? இந்த நாட்டில், இரண்டு தலைமுறைக்காலம்-இந்த சுதந்திர இந்தியாவில் பெண் அரசு நடக்கவில்லையா?

மாநிலத் தலைமை, மாவட்டத் தலைமை என்று பதவிப் பீடங்களில் பெண்கள் அமர்ந்திருக்கவில்லையா?

சென்ற நூற்றாண்டுத் தொடக்கத்தில் பெண்ணைப் பள்ளிக்கே அனுப்பத் தயங்கினார்கள்.

சிறுமியாக மணம் செய்து கொடுத்தார்கள்.

பிள்ளை பெறுவதும் அடுப்படியுமே வாழ்க்கை என்று வரையறுத்தார்கள்.

கைம்பெண் என்று முடக்கினார்கள்.

வாழாவெட்டி என்று ஒதுக்கினார்கள்.

மலடி என்று தள்ளி வைத்தார்கள்.

இதெல்லாம் நியாயமான செயல்களாகவே கருதப் பட்டிருந்தன.

சமுதாயத்தின் ஓரத்தில், இழிவென்று அழுத்தப் பட்டவள் தாசி.

இன்று இவையெல்லாம் நியாயங்களில்லை என்று சட்ட பூர்வமாகத் தீர்க்கப்பட்டிருக்கின்றன. பெண்ணே ஆட்சி பீடத்தில் வந்து அமர்ந்து. தன்னை இரண்டாம் பட்சம் என்று ஒதுக்கிய இனத்தார்க்கு நியாயம் சொல்ல வந்துவிட்ட காலம். எனவே, இன்று 'பெண்ணடிமை' என்ற ஒரு காலம் நிலவுவதாகக் கொள்வது தவறு! அப்படி ஒரு நிலை சில விதி-

விலக்குகள் நேர்ந்தாலும், அதற்குக் காரணம் ஆண் ஆதிக்கம் அல்ல. பெண் தன்னையே விமரிசனம் செய்து கொள்ள வேண்டும். தவறுகளை நீக்கித் திருத்திக் கொண்டு, கிடைத்திருக்கும் வாய்ப்புகளைப் பற்றிக் கொண்டு முன்னேற வேண்டும். இது ஒரு முடிவு.

எப்படி முன்னேறுவது?...

சாண் ஏறினால் முழம் சறுக்கும் வரலாறாக இருக்கிறது.

பெண் அரசாட்சி இருந்த நாட்களில்தான் பெண்ணின் மீதான அக்கிரமங்கள் அதிகமாயின.

மதுரா என்ன பெண், காவல் நிலையத்தில் காவலர்களால் பலாத்காரம்செய்யப்பட்டாள். இதற்கு நியாயம் கோரியபோது. 'அவளும் இணங்கினாள்; எதிர்ப்புக் காட்டிய தடயங்கள் இல்லை' என்று கிடைத்த பதில் சட்டத்தின் நிலைமையைத் தெளிவாக்கிற்று.

பழைய பெருமைகளைத் திருப்பிக் கொண்டுவர, இராஜஸ்தான் மாநிலத்தில் புருஷன் மரித்ததும் மனைவியர் கற்பரசிகளாகச் சிதையில் எரிக்கப்படுவது நிகழ்ந்தது. பழைய வழக்கங்கள் புதுப்பிக்கப்பட்டன.

'கணவனை இழந்த பெண், பொட்டு வைத்துக் கொண்டு வருகிறாள்; அவளுக்கு உங்கள் வாக்குரிமைகளைக் கொடுப்பீர்களா?' என்று கிராமவாசிப் பெண்களிடத்தில் பிரசாரம் செய்வது பலித்தது.

'பதவியில் இருப்பவர், பெண் மட்டுமல்ல; அவர் ஒரு கைம் பெண். இவர் தலைமையிலா ஆட்சி?' என்ற வினா மக்களைச் சிந்திக்கச் செய்தது.

'திருமண விழாவில் கச்சேரி செய்ய, பூவும் பொட்டும் இழந்த பெண்ணையா கூப்பிடுவார்கள்! சே!' என்று தள்ள முடிந்திருக்கிறது.

'இவளுக்கா உங்கள் வாக்குரிமைகள்? இவள் நடத்தை கெட்டவள்?' என்று புழுதியை வாரி எறிந்தால், அவள் திறமை எதுவும் தெரியாது.

'ஓ, இவளுக்கு இந்தப் பதவி எப்படிக் கிடைத்தது? அறிவினால் அல்ல; உடம்பினால்' என்று ஒரு பெண் இன்னொரு பெண்ணில் வெற்றியின் காரணத்தை வெளிச்சம் போட முடிந்தது.

'அதிகாரி ஆணாக இருந்தால், 'ஸ்ஸ்... இன்று குழந்தைக்கு உடம்பு சரியில்லை... வீட்டுக்குச் சிக்கிரம் போக வேண்டும்' என்று சொல்லித் தப்பித்து விடலாம். இளகிய நெஞ்சு சரி, 'போங்கள்-போங்கம்மா' என்று சொல்வார். ஆனால் இந்தக் குரங்கு மூஞ்சி இருக்கிறதே! இது கல்நெஞ்சு. 'அப்ப குழந்தையைப் பார்த்துக் கொண்டு வீட்டில் இரு! வேலை என்று எதற்கு வரவேண்டும்! இன்று முழுதும் முடித்து விட்டுத்தான் போக வேண்டும்! எத்தனை மணி யானாலும் சரி!' என்று சொல்லும். 'புருஷன், பிள்ளை குட்டி என்று இருந்தால் தானே? இந்த முகரைக்குக் கல்யாணமே இல்லாமற் போய்விட்டது!' என்று சினிமாவுக்குப் போக முடியாத அலுவலகப் பெண் கருத்தை வீசுவதைக் கேட்க முடிந்தது.

'என்னடி பத்தினி மாதிரி நடிக்கிறாய்! உனக்கு எதிர் காலம் இல்லாமல் செய்துவிடமுடியும்' என்று ஆண் ஆதிக்கமும்,

'ஏய் என்ன மிரட்டுறே? உன்னை இந்த இடத்தில் இருந்து கிளப்பாமல் போனால்... நான்... நானில்லை?' என்று சூளுரைக்கும் பெண் சக்திகளும் இதே ஆட்சியின் தருமத்தில் தான் வலிமை பெற்றிருக்கின்றன.

உரிமைகளும் தருமங்களும், அவரவர் ஒழுங்கு மீறும் வசதிகளுக்காகவே வாழ்கின்றன. அரசியிலிலிருந்து, அடுப்படி வரையிலும், இதே வசதிகள் நிலைநாட்டப் பெறுகின்றன. ஆனால் கூட்டிக் கழித்துப் பார்க்கும் போது, இழப்பு யாருக்கு?

குடிகார மருமகன், மாமியாராலோ, மனைவியாலோ எரிக்கப்படுவதில்லை. அவன் கோபுரத்தைக் குடிசையாக்கி இடித்து,கோமகளாக இருந்த மனைவியையும் உறிஞ்சி ஒன்று மில்லாமலாக்கினாலும், அவன் கட்டிய தாலிக்கு மஞ்சள் வைத்துக்கொண்டு வாழ்கிறாள்.

ஓர் ஆண் கருவை ஏந்துவதற்காக, பல பெண் கருக்களை அழிக்க அமிலம் அரிப்பதுபோல் எரிந்தாலும் பொறுத்துக் கொள்கிறாள். உதைபடுகிறாள்; இடிபடுகிறாள்; சாகாமல் செத்துக் கொண்டிருக்கிறாள்.

ஆனாலும், ஆண்... ஆணாக மேன்மையின் உச்சியிலிருந்து இறங்கி விடவில்லை. இவளோ, இனி எந்தச் சிறுமையும் இதைவிடப் பாதிக்க முடியாது என்ற அளவில் மதிப்பில்லாமல் இழிந்திருக்கிறாள்.

இது ஏன்? ஏன்?

ஆதியிலிருந்து பார்த்தால், இவள் சிறுமைக்கெல்லாம் காரணமாக இருப்பது இவள் பிள்ளை பெறும் இயல்பு; கருப்பை. இதிலிருந்து இவள் விடுதலை பெற்றாலே, ஆணுக்குச் சமமாக அல்லது மேலாகவே தன் ஆற்றல்களை நிரூபிக்க முடியும்.

அவன் போகத்துக்கு எந்த விலையும் கொடுக்க வேண்டியிருப்பதில்லை. இவளோ, பிள்ளையை ஏற்றாக வேண்டி இருக்கிறது.

அவனுக்காக அதைச் சுமக்க வேண்டி இருக்கிறது; இதற்கு ஓர் ஒழுங்கு, கல்யாணம், கற்பு, கைம்மை, அது இது என்று சமூக நிர்ப்பந்தங்களை ஏற்றாக வேண்டி இருக்கிறது. தன் வயிற்றில் வைத்து அந்தக் கருவைப் பாலித்தால் மட்டும் போதாது. அவன் நிராகரித்தாலும், இவள், தான் வாழவும் உழைத்து, அந்தச் சந்ததி வாழவும் உழைக்க வேண்டிய கட்டாயத்தைக் ‘குடும்பம்’ என்ற அமைப்பு அவளைப் பதப்படுத்துகிறது.

எனவே, குடும்பம், கல்யாணம், கருப்பை ஆதிக்கம் என்ற பிணைப்புகளில் இருந்து விடுதலை பெறுவதே பெண்ணுக்கு உகந்த, ‘விடுதலையாகும்... இது ஒரு முடிவு.’

இன்றைய பெண்ணியத்தில் பல முகங்களைக் காண்கிறோம்.

எது உண்மை?

எல்லா முகங்களும் உண்மை போலிருக்கின்றன: ஆனால் முழுதும் அப்படியே என்று நம்ப முடியாமலும் இருக்கிறது.

ஆக,பெண்ணே, நீ இன்று எந்த வடிவில் இயங்குகிறாய்?

உன்னை, இந்நாட்களின் மின்னனு இயல் சாதனங்கள், எத்தனையோ வடிவங்களில் காட்டுகின்றன.

தன்னை, தன் உருவமாறுதலை, ஒருவர் புகைப் படங்களில் நன்கு உணர முடியும். கண்ணாடியை விட, காட்சிப் படங்கள், மனங்களில் பதிந்து போகின்றன.

இந்த வலியுறுத்தப்படும் வடிவங்கள் ... பிம்பங்கள், என்ன சொல்கின்றன?

பெண்னே! நீ பெருமை மிக்கவள்! உனக்கு விடுதலை உண்டு! நீ பட்டாம்பூச்சி! தாய்! உலகத்தை ஆக்குபவளும் அழிப்பவளும் நீயே! நீ சுவாசினி! நீ பட்டுச் சேலைகளால், சரிகைப் போர்வைகளால், உன் பூவிலும் மெல்லிய மேனியை அலங்கரித்துக் கொள்ளும்போது,

அவை பெருமை பெறுகின்றன. மருதோன்றிச் சாயங்கள், செயற்கைப் பரிமளங்கள் வண்ண வண்ண வாசனை மலர்கள், வெள்ளிக் கொலுசுகள் முத்துவடங்கள் எல்லாமே உன்னால் பெருமை மிக்க சாதனங்களாகின்றன.! உன் செவிகளும் நாசியும் துளைக்கப்பட்டு அணி பணிகளுக்கு விளக்கம் அளிக்கும் போது நீ உலகை ஏற்றம் புரியச் செய்கிறாய்! உன்னால் ஏழை ஆண் வாழ்கிறான். நீ கை வைத்து அழுத்தும் பல்வேறு சோப்பு, அழுக்கு நீக்கும் கரங்கள், உலகத்து மாசுகளைத் துடைக்கும் வல்லமை பெறுகின்றன. அதனால் கிடைக்கும் ஆணின் பாராட்டினால், நீ சுவர்க்கத்தையே மண்ணுலகில் படைத்து விடுகிறாய்! நீ கையாளும் பாத்திர பண்டங்கள் புதிய விளக்கம் பெறுகின்றன! நீ ஊதாரியாக இல்லாமல் சிக்கனம் கடைப்பிடிப்பவள். போதை மருந்துகளும் குடியும், குடும்ப நலன்களை உறிஞ்சினாலும், நீ அவற்றை மீட்க உயிரையும் கொடுக்கும் பெருந்தகை அல்லவோ? நீ இருக்கும்போது தான் ஆணை வாழ வைக்கிறாய் என்றில்லை! இறந்த பின்னும் வாழ வைக்கிறாய்! அதற்காகவே எரியூட்டப் பெற்றாலும், நானே தவறி விபத்தில் மாட்டிக் கொண்டேன், அவர் குற்றமற்றவர் என்று நினைவு தப்புமுன் வாக்குமூலம் கொடுத்துவிட்டுக் கண் மூடுகிறாய்! மக்கள் பெருக்கத்துக்குத் தன் இனமே காரணம் என்று, உன் இனக்கருவை உவந்து அழித்துக் கொண்டு உலக நலம் பேணுகிறாய்! சமுதாயம், நாடு என்று சகல விளைவுகளுக்கும் நீயே காரணம் என்று விளக்கம் தருகிறாய்! உன் உடம்பு, பெருமை பெற்றது; ஆற்றல் பெற்றது. அறிவு; ஆக்கம்... நீ பலவீனமானவள்; ஓர் ஆண் உன்னைக் காப்பாற்ற வேண்டும்! இத்தகு விளக்கங்கள் தொடர்ந்து, பிம்பங்களின் வாயிலாக, சின்னஞ்சிறு உள்ளங்கள் ஈறாக, முதிர்ந்த முனி உள்ளங்கள் வரை உணர்த்தப் படுகின்றன.

இதனால், யாருக்கு என்ன பயன்?

பொருள்... வாணிபம்,... அரசுக்கு, தனிநபருக்கு, நிறுவனங்களுக்கு ஈடுபட்டிருக்கும் பெண்களுக்கு, பொருள்... இலாபம்... செல்வாக்கு, வன்முறை, அழிவு எல்லாம் எல்லாமாக, ஒரு நச்சுவட்டம்... இதிலிருந்து விடுதலை பெறுவதே இன்று பெண் விடுதலை மட்டுமல்ல-மானிட சமுதாய விடுதலை. அவள் தன்னைப் பற்றிய இத்துணை மாயக்கருத்துக்களில் இருந்து, விடுபட வேண்டும். அவள் தன்னுணர்வினையே சார்புக் கொடியாக, இருந்த நிலையிலிருந்து தள்ளிவந்து தன்னிலிருந்து தான் பிரிக்கப் பட்ட கொடுமையை உணரவேண்டும்.

அவள் மனைவி, சகோதரி, மைத்துனி, மாமியார், நாத்தி என்ற கடமை நிலைகளில் இல்லாமல், மனிதப்பிறவி என்ற நிலையில் தன்னை உணர்ந்து கொள்ள வேண்டும். கருப்பை ஆற்றல், உலக இயக்கத்துக்காக, இயற்கை அளித்துள்ள ஒருதன்மை - அறிவு, சிந்திக்கும்-ஆற்றல் தனக்கு இருக்கிறது. தனக்கு கருப்பை செயல்பாடு ஒன்றுதான் உள்ளது - என்ற உணர்விலிருந்து விடுபட வேண்டும். ஆணும் பெண்ணும் இசைந்து ஒழுங்கு பாலிக்கும் போதுதான் பூரணமான மனிதத்துவம் எய்திய சமுதாயத்தைப் படைக்க முடியும்' ஒருவரை மற்றவர் ஆதிக்கத்துக்குட் படுத்துவதனால், அது சாத்தியமல்ல என்பதை உணர வேண்டும். இந்த இலட்சியத்தை நோக்கி ஆணும் பெண்ணும் முன்னேறுவோமாக!

13. பயன்பட்ட நூல்கள்

1. சிலப்பதிகாரம் 2. மணிமேகலை 3. தமிழர் சால்பு - டாக்டர் வித்தியானந்தன்

4. அகநானூறு - புலியூர்க்கேசிகன் உரை 5. புறநானூறு-புலவர் அ. மாணிக்கம் உரை

6. சங்ககால மன்னர் கால நிலை - வரலாறு - டாக்டர். புருஷோத்தமன்

7. பாரதியார் கட்டுரைகள் 8. பதினெட்டுப் புராணச் சுருக்கம்

9. காவ்ய இராமாயணம் - K.S. ஸ்ரீனிவாசன்

10. மாந்தருக்குள் ஒரு தெய்வம் - 1, 2 by கல்கி

11. Nitya Sumangali by Saskia C. Kersenboom - Story Devadasi Tradition in South India. 12. Early Phase (Gandhi) by Pyarelal. 13. Education - Swami Vivekananda 14. The Position of Women in Hindu Civilization by Dr. A.S. Altekar 15. Rebellious Homemakers - by Indira Mahendra 16. Women in Vedic age - by Dr. Shakuntala Rao Shastri 17. Drama in Ancient Tamil Society - by Dr. K. Sivathamby 18. The History of Women in India - by Padmini Sengupta 19. Indian Women Writing (from 600 B.C.) 1 st Part compiled by Dr. Susie Tharu, Published by Women's Press U.S.A.

20. History of Tamil Literature - Published by Sahitya Academy

21. History of Kannada literature - Published by Sahitya Academy

22. Mira Bai - by Usha Nilsen, Sahitya Academy

23. ஆண்டாள், by K.A. மணவாளன் Sahitya Academy

24. Karaikkal Ammaiyar, by Dr. A. Sasivalli, Published by International Institute of Tamil Studies Madras 600 113

25. Akka Mahadevi - by Gurulinga Kapse, Sahaitya Academy

26. Rg Veda - Original - Vol 1, 4, 5, 6 with Wilson Translation.

27. Maanava Samaj (Hindi) by Rahul Sankrityayan

28. Bharatiya Vivaha Samstha Ki Ithihas (Hindi) by Vishwanath Kashinath Rajwade.'இந்திய சமுதாய வரலாற்றில் பெண்மை' - ஓர் விமர்சனம்

சுசீலா கணேசன்

துணை பொதுநூலக இயக்குநர், சென்னை.

ஆண்-பெண் இருவரும் சமமானவர்கள் என்று இன்று பேசப்பட்டு வந்தாலும் ஆண் ஆதிக்கம் நிரம்பிய சமுதாயமாகத் தான் தொன்று தொட்டு இருந்துள்ளது என ஆணித்தரமாக எடுத்துச்சொல்லும் இந்த நூல் திருமதி. ராஜம் கிருஷ்ணன் அவர்களின் படைப்புக்களின் கோமேதகக் கற்களாகத் திகழ்கிறது.

இதிகாச காலத்திலிருந்து-இந்திரா காந்தி காலம் வரை. ஒவ்வொரு காலகட்டத்திலும் பெண்களின் நிலை எப்படி எல்லாம் மாறுபட்டு வந்துள்ளது என்பதை அகநானூறு, புறநா-

னூறு. சங்க நூல்கள் மட்டும் இன்றி புராண நூல்களிலிருந்தும் ருக்வேதத்திலிருந்தும் மேற்கோள்கள் காட்டியுள்ள விதம் மிகவும் பாராட்டுதலுக்குரியது. "கடவுளின் மணவாட்டி" என்கிற அத்தியாயத்தில் - மகாபாரதத்தில் வரும் தீர்க்கமஸ் என்கிற ரிஷி - கண்ணற்றவர் - இவரது மனைவி - தன் கணவனின் இயல்பு கண்டு வெறுப்படைந்து - 'ஒருத்திக்கு ஒருவனே என்கிற விதி செய்து கணவன் மனைவி என்கிற உறவில் ஆணின் ஆதிக்கத்தைப் பெண் பொறுத்துத்தான் ஆக வேண்டும்; இல்லையேல் சபிக்கப்படுவாள்' என்று தெரிவிக்கப்பட்டுள்ளதாக-புராண மேற்கோள் காட்டப்பட்டுள்ளது.

காந்தாரி ஏன் தன் கண்களைக் கட்டிக் கொண்டார்? கணவனால் பார்க்க முடியாததைத் தானும் பார்க்கக் கூடாது என்றா அல்லது குருடான கணவனைப் பார்க்க வேண்டாம் என்றா? என்று அறிவுக்குப் பொருந்தாத தகவல்களை மறு பரிசீலனைக்கு உட்படுத்த வேண்டும் என்கிற சிந்தனையைத் துண்டிவிடுகிறது இந்த நூல்.

இலட்சியத் தம்பதிகளாக வாழ்ந்த காந்தி - கஸ்தூரிபாய் வாழ்கையில் - ஏற்பட்ட திருப்பு முனை நிகழ்ச்சிக்கு முன் 'மோகன்தாஸூம்' ஒரு சாதாரண ஆண் மகனாகத்தான் இருந்தார் என்பதையும் ஜவஹர்லால் நேருவின் மகள் இந்திரா காந்தியின் வாழ்வில் நடந்த நிகழ்ச்சிகளும் ஆண் ஆதிக்கத்தை எதிர்த்துப் பெண் நடத்திய போராட்டத்தின் சான்றுகளாகச் சித்தரிக்கப் பட்டுள்ளது. இருந்தாலும் இந்திரா காந்தியின் வாழ்க்கைக் குறிப்புக்கு அதிக முக்கியத்துவம் இந்நூலில் கொடுக்கப் பட்டுள்ளதாகத் தோன்றுகிறது.

துணை இழப்பு - துறவறம் - இந்த அத்தியாயத்தில் சுமங்கலி - விதவை போன்ற சொற்கள் எப்படி ஆண் ஆதிக்கத்திற்குச் சாதகமான சொற்களாக அமைந்துள்ளது என்பதைப் பல உதாரணங்களில் விளக்கியுள்ளது அருமை.

பெண்ணுக்குப் பெண்ணே எதிரி என்பதையும் இன்றைய நாளில் அனுபவங்களில் - பெண் அதிகாரியின் கீழ் பணி புரியும் பெண்கள் தங்கள் அதிகாரி தங்களுக்கு வீட்டுக்கு சீக்கிரம் போக அனுமதி தராதபோது வசைபாடும் விதத்தையும் நகைச் சுவையோடு எடுத்துக் கூறியுள்ளது யதார்த்தமாக உள்ளது.

பெண் தன்னையே விமர்சனம் செய்து கொள்ள வேண்டும்; தான் எதற்காகப் பிறந்தோம்? ஆடை அலங்காரங்கள் செய்து கொள்ள மட்டும் தானா, கருவைச் சுமக்க மட்டும்தானா, ஆணைச் சார்ந்து மட்டுமே வாழ முடியும் என்கிற எண்ணத்தின் காரணமா - என்பதைச் சிந்தித்து அலச முற்பட வேண்டும். பெண் தன் உறவு முறைகளை மறந்து - தன் மனிதப்பிறவியை மட்டும் எண்ணி - தன்னை உணர்ந்துக்கொள்ள வேண்டும். கருப்பை செயல்பாடு - பிள்ளை பேறு என்பதற்காக மட்டுமே தான் பிறப்பு எடுத்துள்ளதாகக் காலத்திற்கு ஒவ்வாத எண்ணத்திலிருந்து மீளவேண்டும் என்கிற ஆசிரியரின் கருத்தை ஒவ்வொரு பெண்மணியும் சிந்தித்துப் பார்க்க வேண்டும்.

பதினோறு அத்தியாயங்களில் 'இந்திய சமுதாயத்தில் பெண்மை' வளர்ந்துள்ள/அல்லது வீழ்ந்துள்ள விதத்தை ஆழமாக ஆராய்ந்து எழுதியுள்ளார்-முற்றிலும் புதிய கோணத்தில் எழுதப்பட்டுள்ள நூல்-ஒவ்வொரு ஆணும் பெண்ணும் படிக்க வேண்டிய நூல்.

- சுசீலா கணேசன்

(சென்னைத் தொலைக்காட்சி 'நூல்நயம்' பகுதியிலிருந்து)

www.ingramcontent.com/pod-product-compliance
Lightning Source LLC
LaVergne TN
LVHW091532200926
848483LV00002B/375
* 9 7 9 8 8 9 8 2 6 5 7 9 3 *